ഭാരതീയ ശാസ്ത്രജ്ഞന്മാർ

Bharatheeya sasthranjanmar
School Plus

Cheppad Bhaskaran Nair

CHINTHA PUBLISHERS
Thiruvananthapuram

First Edition
August 2022

Published
Chintha Publishers, Thiruvananthapuram

Typesetting
Star communication, Thiruvananthapuram

Printed at
Repro India Ltd, Mumbai

Cover Design
Vinod Mangoes

ISBN : 978-93-94753-03-7

CO - 3142 / 6141

₹ 170

Email: chinthapublishers@gmail.com
Website: www.chinthapublishers.com

A version is available at National Libraries
Kolkata, Mumbai, Chennai and Delhi

Distribution
DESHABHIMANI BOOKHOUSE
H O Thiruvananthapuram 695035

Branch
Head Office Kunnukuzhi • Statue Thiruvananthapuram
KSRTC Bus Terminal Thampanoor • Saphalyam Complex Thiruvananthapuram
KSRTC Bus Station Alappuzha • KSRTC Bus Station Ernakulam
Machingal Lane Thrissur • IG Road Kozhikode
Mavoor Road Kozhikode • NGO Union Building Kannur
Central Bus Terminal Complex Thavakkara Kannur

ഭാരതീയ ശാസ്ത്രജ്ഞന്മാർ

ചേപ്പാട് ഭാസ്കരൻ നായർ

ചിന്ത പബ്ലിഷേഴ്സ്
തിരുവനന്തപുരം-695 035
വില : ₹ 170

ചേപ്പാട് ഭാസ്കരൻ നായർ

1942 ജനുവരി 25 ന് ആലപ്പുഴ ജില്ലയിൽ മുതുകുളത്ത് ജനിച്ചു.

അച്ഛൻ: കോട്ടാൽ കെ പരമേശ്വരൻ നായർ. അമ്മ: മണ്ണൂരേത്തു പത്മാക്ഷിയമ്മ.

പ്രാഥമിക വിദ്യാഭ്യാസം രാമപുരത്തും ചേപ്പാട്ടുമായിരുന്നു. തുടർന്ന് ആലപ്പുഴ കാർമ്മൽ പൊളിടെക്നിക് കോളേജിൽ നിന്ന് എഞ്ചിനീയറിങ്ങിൽ ഡിപ്ലോമ സമ്പാദിച്ചു. പിന്നീട് കേരള മുനിസിപ്പൽ സർവ്വീസിൽ പ്രവേശിച്ചു. കേരളത്തിലെ വിവിധ നഗരസഭകളിൽ എഞ്ചിനീയറായി പ്രവർത്തിച്ചു. കോട്ടയം നഗരസഭയിൽ അസിസ്റ്റന്റ് എക്സിക്യൂട്ടീവ് എഞ്ചിനീയറായിരിക്കെ 1997 ജനുവരിയിൽ സർവ്വീസിൽ നിന്ന് വിരമിച്ചു.

ബാലസാഹിത്യം, ശാസ്ത്രസാഹിത്യം, വൈജ്ഞാനിക സാഹിത്യം എന്നീ വിഭാഗങ്ങളിൽപെട്ട 65 കൃതികൾ പ്രസിദ്ധീകരിച്ചിട്ടുണ്ട്. *ബാലകവിത* എന്ന കുട്ടികളുടെ മാസിക ഏഴുവർഷക്കാലം നടത്തി.

ശാസ്ത്രസാഹിത്യപരിഷത് പുരസ്കാരം (1970), കൈരളി ചിൽഡ്രൻസ് ബുക്ട്രസ്റ്റ് അവാർഡ് (1973), കേരള തിയോസഫിക്കൽ ഫെഡറേഷൻ പുരസ്കാരം (2003), ബാലഗോകുലം പുരസ്കാരം (2003), ഭാരത് ജ്യോതി അവാർഡ് (2005) എന്നിവ ലഭിച്ചിട്ടുണ്ട്.

കൃതികൾ: *കിലുക്കാംപെട്ടി, കടങ്കവിതകളും കുട്ടിക്കവിതകളും, പൂവാലിയും കൂട്ടുകാരും, കുട്ടിക്കവിതകളും ചിരിക്കവിതകളും, ഒന്നാനാം കുന്നിന്മേൽ, നഴ്സറി പാട്ടുകൾ, ഇലകൊഴിഞ്ഞമരം, ചിന്താസുമങ്ങൾ, വിയറ്റ്നാം നാടോടിക്കഥകൾ, റഷ്യൻ നാടോടിക്കഥകൾ, ഇന്ത്യയിലെ നദികൾ, ഭൂമിശാസ്ത്ര വിശേഷങ്ങൾ, മലയാള കവികളും കവിതകളും, ഇന്ത്യ എന്റെ രാജ്യം, സ്വാതന്ത്ര്യസമരയോദ്ധാക്കൾ, കുട്ടികളുടെ നേതാജി, സാഹിത്യത്തിലെ അമരക്കാർ, മലയാളിസദ്യയും ആരോഗ്യവും, സമകാലിക ചിന്തകൾ, ദുരന്തങ്ങൾ കാക്കുന്ന ഭൂമി, ശാസ്ത്രകൗതുകം, പരിസ്ഥിതിയും പ്ലാസ്റ്റിക്കും, അവിശ്വസനീയമായ സംഭവകഥകൾ* തുടങ്ങിയവയാണ് പ്രധാന കൃതികൾ.

ഭാര്യ	:	സുമ
മക്കൾ	:	സന്തോഷ്കുമാർ ചേപ്പാട്, സിതാരാ ഹരീഷ്
വിലാസം	:	ഏവൂരേത്ത്, ചേപ്പാട്, ആലപ്പുഴ - 690507
ഫോൺ	:	9446476551

ഉള്ളടക്കം

പ്രസാധകക്കുറിപ്പ്

ഒരു അംഗീകൃത പാഠ്യപദ്ധതിയുടെ അടിസ്ഥാനത്തിലുള്ള പാഠ്യക്രമമനുസരിച്ചാണ് നമ്മുടെ സ്കൂൾ സമ്പ്രദായത്തിൽ പാഠ പുസ്തകങ്ങൾ തയ്യാറാക്കപ്പെടുന്നത്. അംഗീകൃത യോഗ്യതകൾ ഉള്ള അദ്ധ്യാപകർ അതു പഠിപ്പിക്കുന്നു. കുട്ടികൾ അതു പഠിക്കുകയും വിവിധ നിലകളിൽ മാർക്കു നേടി വിജയം കരസ്ഥമാക്കുകയും ചെയ്യുന്നു. ഇതെല്ലാമായിട്ടും തങ്ങൾ പഠിക്കുന്ന പാഠങ്ങളുമായി ബന്ധപ്പെട്ട് അറിഞ്ഞിരിക്കേണ്ടതും പഠിച്ചിരിക്കേണ്ടതുമായ പല അറിവുകളും വിട്ടുപോകുന്നു. പാഠഭാഗങ്ങളിൽ പെട്ടതു തന്നെയും ദുർഗ്രാഹ്യവും വിരസവും ആയതുകൊണ്ട് അവ മനസ്സിൽ പതിയുകയോ അറിവു വളർത്തുകയോ ചെയ്യാതെ പോകുന്നു.

ഇതൊരു കുറവുതന്നെയാണ്. ഈ കുറവ് എങ്ങനെ പരിഹരിക്കാം. അദ്ധ്യാപകരെന്ന നിലയിൽ സമർത്ഥരും എഴുത്തുകാരുമായ അദ്ധ്യാപകരുടെ കൂട്ടായ്മ ഈ വെല്ലുവിളി ഏറ്റെടുക്കുവാൻ തയ്യാറായി. അതിന്റെ ഫലമാണ് *സ്കൂൾ പ്ലസ്* എന്ന പുസ്തകപരമ്പര. പാഠപുസ്തകത്തിൽനിന്ന് പകർന്നുകിട്ടുന്ന എല്ലാ അറിവിന്റെയും അനുബന്ധ വിവരങ്ങളാണ് ഈ പുസ്തകങ്ങളുടെ ഉള്ളടക്കം. സുഗ്രാഹ്യമായും രസകരമായുമാണ് ഈ പുസ്തകങ്ങൾ രചിക്കപ്പെട്ടിരിക്കുന്നത്. ഓരോ ക്ലാസിലെയും

എല്ലാ കുട്ടികളുടെയും അറിവിന്റെ ചക്രവാളം വികസ്വരമാക്കുവാനും അധികപുസ്തകങ്ങൾ തേടിപ്പിടിച്ചു വായിക്കുവാനും ഈ പുസ്തകപരമ്പര സഹായകമാകും.

ഇന്ത്യയിൽ ശാസ്ത്രരംഗത്ത് അർപ്പണ മനോഭാവത്തോടെ പ്രവർത്തിച്ച ശാസ്ത്രജ്ഞന്മാരുടെ ജീവിതവും പ്രവർത്തനങ്ങളും അറിയുന്നതിന് ഉപകാരപ്രദമാക്കുന്ന കൃതി.

ചിന്ത പബ്ലിഷേഴ്സ്

ആമുഖം

ദീർഘകാലത്തെ വായനയുടെയും പഠനങ്ങളുടെയും ഫല മായിട്ടാണ് *ഭാരതീയ ശാസ്ത്രജ്ഞന്മാർ* ഈ കൃതി രചിച്ചിട്ടു ള്ളത്. ഇന്ത്യയിൽ ശാസ്ത്രരംഗത്ത് അർപ്പണ മനോഭാവത്തോടെ പ്രവർത്തിച്ച ഈ ശാസ്ത്രജ്ഞന്മാരുടെ ജീവിതവും പ്രവർത്ത നങ്ങളും നമ്മുടെ യുവതലമുറയിലെ വിജ്ഞാനകുതുകികളായ ചെറുപ്പക്കാർക്ക്, പ്രത്യേകിച്ച് വിദ്യാർത്ഥിനീ വിദ്യാർത്ഥികൾക്ക് ഏറെ പഠിക്കുവാനുണ്ട് എന്നാണെന്റെ വിശ്വാസം. അങ്ങിനെ യാണ് വൈജ്ഞാനിക വിഭാഗത്തിൽപ്പെട്ട ഈ കൃതി രചിക്കാ നിടയായത്. ഇതിൽ ചേർത്തിട്ടുള്ള മഹാപ്രതിഭകളെപ്പറ്റിയുള്ള വിവരങ്ങൾ കഴിയുന്നത്ര കുറ്റമറ്റതാക്കാൻ ശ്രമിച്ചിട്ടുണ്ട്.

മാന്യവായനക്കാർക്കും പുതിയ തലമുറയ്ക്കും ഈ ഗ്രന്ഥം പ്രചോദനമാവട്ടെ എന്ന് ആഗ്രഹിക്കുന്നു. ഈ ഗ്രന്ഥരചനയിൽ എന്നെ സഹായിച്ച പ്രിയസ്നേഹിതൻ വി എം രാജ്മോഹന് നന്ദി.

ഈ ഗ്രന്ഥം സദയം പ്രസിദ്ധീകരിക്കാൻ സന്മനസ്സുകാട്ടിയ ചിന്താ പബ്ലിഷേഴ്സിന് നന്ദി പറയുന്നു.

ആശംസകളോടെ

ചേപ്പാട് ഭാസ്കരൻ നായർ.

ഡോ. സി വി രാമൻ

പ്രൈമറി സ്കൂളിൽ പഠിക്കുന്ന ഒരു കൊച്ചുകുട്ടിയായിരുന്നു ആ ബാലൻ. പ്രായത്തിൽ കവിഞ്ഞ അറിവ് അവനുണ്ടായിരുന്നു. എന്തുകണ്ടാലും അതു സസൂക്ഷ്മം പരിശോധിക്കാനുള്ള ഒരു വൈഭവം അവന്റെ പ്രത്യേകതയായിരുന്നു. പ്രകൃതി അവനെ അതിയായി ആകർഷിച്ചു. പൂക്കളെയും പൂമ്പാറ്റകളെയും അവൻ സ്നേഹിച്ചു. ആകാശത്തിന്റെയും ആഴിയുടെയും നീലിമ കണ്ട് അവൻ ആഹ്ലാദിച്ചു.

ഒരുദിവസം അച്ഛൻ വീട്ടുസാധനങ്ങൾ വാങ്ങാനായി കടയിലേക്കു പുറപ്പെടുകയായിരുന്നു. ആ കുട്ടി അച്ഛന്റെ അടുത്ത് ഓടിച്ചെന്ന് ചില സാധനങ്ങൾ വാങ്ങാനുള്ള ഒരു കുറിപ്പടി ഏല്പിച്ചു. പിന്നീട് അച്ഛൻ മടങ്ങിയെത്തുന്നതും കാത്ത് അവൻ ആകാംക്ഷയോടെ ഇരുന്നു. എന്നാൽ അച്ഛൻ ഇക്കാര്യം പിന്നെ ഓർത്തില്ല. തന്റെ ലിസ്റ്റനുസരിച്ചുള്ള സാധനങ്ങൾ വാങ്ങാതെ തിരിച്ചെത്തിയ അച്ഛനെ കണ്ട് അവൻ പൊട്ടിക്കരഞ്ഞു. അവന്റെ ദുഃഖം അച്ഛനെയും വേദനിപ്പിച്ചു.

അടുത്തദിവസം അവൻ നല്കിയ ലിസ്റ്റനുസരിച്ചുള്ള എല്ലാ സാധനങ്ങളും വാങ്ങിക്കൊണ്ടാണ് അച്ഛൻ മടങ്ങിവന്നത്. ആ കൊച്ചുബാലൻ ഏറെ സന്തോഷവാനായി. ആ സാധനങ്ങളുമായി അവൻ തന്റെ മുറിയിലേക്കുപോയി. അതിനടുത്തദിവസം

അച്ഛൻ വന്നപ്പോഴേക്കും ആ സാധനങ്ങൾകൊണ്ട് അവൻ ഒരു ഡൈനാമോ ഉണ്ടാക്കിയിരുന്നു. അതിൽ നിന്നുള്ള വൈദ്യുതി ഉപയോഗിച്ച് ഒരു ബൾബ്ബുകത്തിച്ച് അവൻ അച്ഛനെ കാത്തിരിക്കുകയായിരുന്നു. ആ അച്ഛൻ തന്റെ മകനിൽ അഭിമാനം കൊണ്ടു.

ആ ബാലനാണ് പില്ക്കാലത്ത് ലോകത്തിലെ ഏറ്റവും വലിയ ബഹുമതിയായ നോബൽസമ്മാനം കരസ്ഥമാക്കിയ ആദ്യത്തെ ഇന്ത്യൻ ശാസ്ത്രജ്ഞനായ ഡോ. സി വി രാമൻ.

ശൈശവാവസ്ഥയിലായിരുന്ന ഇന്ത്യയുടെ ശാസ്ത്രീയ രംഗത്ത് ഒരു നവ ചൈതന്യമുണ്ടാക്കിയത് ഡോ. സി വി രാമനായിരുന്നു. അദ്ദേഹത്തിന്റെ "രാമൻ ഇഫക്ട്" എന്ന വിഖ്യാതമായ കണ്ടുപിടുത്തം അതിനെ വളരെയേറെ സഹായിക്കുകയും ചെയ്തു.

1888 നവംബർ 7 ന് തൃശ്ശിനാപ്പള്ളിയിലുള്ള തിരുവനായ്ക്കലെ ഒരു ബ്രാഹ്മണകുടുംബത്തിലാണ് ചന്ദ്രശേഖര വെങ്കിട്ടരാമൻ ജനിച്ചത്. അച്ഛൻ ചന്ദ്രശേഖര അയ്യർ ഒരു ശാസ്ത്രാദ്ധ്യാപകനായിരുന്നു. സംഗീതവിദ്വാനും വിദ്യാഭ്യാസ പ്രവർത്തകനുമായിരുന്ന അദ്ദേഹമാണ് മകനിൽ ഭൗതികശാസ്ത്രത്തോടുള്ള ആഭിമുഖ്യമുളവാക്കുവാൻ ഇടയാക്കിയത്. ഒരു ശാസ്ത്രികുടുംബത്തിലെ അംഗമായിരുന്ന പാർവ്വതി അമ്മാളായിരുന്നു മാതാവ്. ചെറുപ്പത്തിൽത്തന്നെ രാമന് ഭൗതികശാസ്ത്രത്തിൽ പ്രത്യേക താല്പര്യമുണ്ടായിരുന്നു. അച്ഛന്റെ പക്കലുണ്ടായിരുന്ന ഭൗതിക ശാസ്ത്ര ഗ്രന്ഥങ്ങൾ ഓരോന്നും അവൻ വായിച്ചു തീർത്തു. പല പരീക്ഷണങ്ങളും സ്വന്തംനിലയിൽ ചെയ്തു നോക്കുവാനും സമയം കണ്ടെത്തി.

പന്ത്രണ്ടാമത്തെ വയസ്സിൽ രാമൻ മെട്രിക്കുലേഷൻ പരീക്ഷ പാസായി. തുടർന്ന് എഫ് എ പരീക്ഷയും ഉയർന്ന റാങ്കിൽ വിജയിച്ചു. 1902 ൽ മദ്രാസ് പ്രസിഡൻസി കോളേജിൽ ബി എയ്ക്കു ചേർന്ന രാമൻ ക്ലാസിലെ ഏറ്റവും ചെറിയ കുട്ടിയായിരുന്നു.

ക്ലാസ് ആദ്യമായി തുടങ്ങിയദിവസം രസകരമായ ഒരു സംഭവമുണ്ടായി. ഇംഗ്ലീഷ് പ്രൊഫസർ ഇ എച്ച് എലിയട്ട്, ബി എ ക്ലാസിലേക്കു വരികയായിരുന്നു. ക്ലാസിൽ പ്രവേശിച്ച അദ്ദേഹ

ത്തിന് മുൻനിരയിൽ ഒരു കൊച്ചുകുട്ടിയെ കണ്ടപ്പോൾ ഏറെ സംശയം തോന്നി. അദ്ദേഹം ആ കുട്ടിയെ എഴുന്നേല്പിച്ചു നിർത്തിയിട്ട് താൻ ഈ ക്ലാസിൽ തന്നെയാണോ പഠിക്കുന്നതെന്ന് ചോദിച്ചു. "അതെ." എന്ന് രാമൻ മറുപടി പറഞ്ഞെങ്കിലും പ്രൊഫസർക്ക് അതു അത്ര വിശ്വാസമായില്ല. അദ്ദേഹം രാമനോടു ചോദിച്ചു. "തനിക്ക് എത്ര വയസ്സായി?"

കുട്ടി പറഞ്ഞു: "പതിമൂന്ന് കഴിഞ്ഞു സാർ."

പ്രൊഫസർ വീണ്ടും ചോദിച്ചു. "ഇന്റർമീഡിയെറ്റിന് താൻ എവിടെയാണ് പഠിച്ചത്?"

കുട്ടി: "വാൾട്ടയറിൽ."

തന്റെ പേര്? "സി വി രാമൻ" എന്ന് ആ കുട്ടി മറുപടിയും പറഞ്ഞു.

പിന്നീട് ആ കൊച്ചു വിദ്യാർത്ഥിയെ അദ്ധ്യാപകർക്കെല്ലാം പ്രത്യേകം ശ്രദ്ധിക്കേണ്ടിവന്നു. അസാമാന്യ പ്രതിഭാശാലിയായ ഒരു വിദ്യാർത്ഥിയാണ് രാമനെന്ന് എല്ലാവർക്കും ബോദ്ധ്യമായി.

ഭൗതികശാസ്ത്രത്തിൽ രാമൻ നേടിയിട്ടുള്ള അപാരമായ അറിവ് അദ്ധ്യാപകരെ അത്ഭുതപ്പെടുത്തി. അവർ രാമന് ഒരു സൗജന്യം അനുവദിച്ചുകൊടുത്തു. ലക്ചർ ക്ലാസുകളിൽ രാമൻ മുഴുവൻ സമയവും പങ്കെടുക്കണമെന്ന് നിർബ്ബന്ധമില്ല. ലൈബ്രെറിയിൽ പോയി ആധുനിക ശാസ്ത്രഗ്രന്ഥങ്ങൾ നോക്കാനും താല്പര്യമുള്ള വിഷയങ്ങളെപ്പറ്റി പഠിക്കാനും ആ വിദ്യാർത്ഥിയെ അദ്ധ്യാപകർ അനുവദിച്ചു.

1904 ൽ പതിനാറാമത്തെ വയസ്സിൽ രാമൻ മദ്രാസ് പ്രസിഡൻസി കോളേജിൽനിന്ന് ഒന്നാം ക്ലാസിൽ ഒന്നാമനായി ബി എ ബിരുദം സമ്പാദിച്ചു. ഭൗതിക ശാസ്ത്രത്തിൽ തന്നെ ഉപരി പഠനം നടത്താനാണ് അദ്ദേഹം ആഗ്രഹിച്ചത്. തുടർന്ന് പ്രസിഡൻസി കോളേജിൽ തന്നെ അദ്ദേഹം എം എയ്ക്കു ചേർന്നു. രാമന് യഥേഷ്ടം പ്രവർത്തിക്കാനുള്ള അവസരം അപ്പോഴും അദ്ധ്യാപകർ നല്കുകയുണ്ടായി.

കൂടുതൽ സമയവും ലൈബ്രറിയിൽ പുതിയ ശാസ്ത്രഗ്രന്ഥങ്ങൾ പരിചയപ്പെടാനാണ് രാമൻ ശ്രമിച്ചത്. അക്കാലത്തു തന്നെ ശാസ്ത്രസംബന്ധമായ ചില ലേഖനങ്ങൾ ആനുകാലി

കങ്ങളിൽ പ്രസിദ്ധീകരിക്കാൻ രാമനു കഴിഞ്ഞു. തുടർന്ന് ഇംഗ്ല ണ്ടിലെ ഒരു ശാസ്ത്രമാസികയിൽ രാമന്റെ ഒരു ലേഖനം അച്ച ടിച്ചുവന്നതോടെ അദ്ധ്യാപകർക്ക് രാമനിൽ ഏറെ വിശ്വാസം തോന്നി.

മതസംബന്ധമായ വിഷയങ്ങളിൽ ആദ്യകാലത്ത് രാമന് യാതൊരു താല്പര്യവും ഉണ്ടായിരുന്നില്ല. ആനിബസന്റിന്റെ നിർദ്ദേശപ്രകാരമാണ് അദ്ദേഹം പല ഹിന്ദുമതഗ്രന്ഥങ്ങളും വായിക്കാൻ തുടങ്ങിയത്. ബി എയ്ക്ക് പഠിക്കുന്നകാലത്ത് ഇതി ഹാസ ഗ്രന്ഥങ്ങളെ പരാമർശിച്ച് രാമൻ എഴുതിയ "ഭാരതീയ മഹാകാവ്യങ്ങൾ" എന്ന പ്രബന്ധത്തിന് ഒന്നാം സ്ഥാനം ലഭി ക്കുകയുണ്ടായി.

1907 ൽ ഒന്നാം ക്ലാസിൽ ഒന്നാമനായി രാമൻ എം എ ബിരുദം നേടി. അപ്പോഴേക്കും അദ്ദേഹത്തിന്റെ പല പ്രബന്ധ ങ്ങളും ശാസ്ത്രമാസികകളിൽ പ്രസിദ്ധീകരിച്ചു തുടങ്ങിയിരു ന്നു. എം എയ്ക്കു പഠിച്ചുകൊണ്ടിരിക്കുമ്പോൾ പ്രിസത്തിലൂടെ കടന്നുപോകുന്ന പ്രകാശരശ്മികളെ അവലംബിച്ച് രാമൻ നട ത്തിയ ഒരു പരീക്ഷണം നൂതനമായ പല തത്ത്വങ്ങളും വെളി പ്പെടുത്തുന്നതായിരുന്നു. ഇതേപ്പറ്റി അദ്ദേഹം തയ്യാറാക്കിയ ഒരു പ്രബന്ധം *ലണ്ടൻ ഫിലോസഫിക്കൽ മാഗസിനിൽ* പ്രസിദ്ധീക രിക്കപ്പെട്ടു. വലിയൊരു അംഗീകാരമായിരുന്നു രാമനെ സംബ ന്ധിച്ചിടത്തോളം ഈ പ്രബന്ധത്തിന്റെ പ്രസിദ്ധീകരണം.

ഉപരിപഠനത്തിനായി ഇംഗ്ലണ്ടിൽ പോകണമെന്ന് രാമന് ആഗ്രഹമുണ്ടായിരുന്നു. എന്നാൽ അനാരോഗ്യം മൂലം അദ്ദേഹ ത്തിന് അതു സാധിച്ചില്ല. അക്കാലത്ത് ഇന്ത്യൻ ധനകാര്യവകു പ്പിലെ "സുപ്പീരിയർ സർവ്വീസി"ലേക്കുള്ള ഒരു മത്സരപരീക്ഷ യിൽ രാമൻ പങ്കെടുക്കുകയും ഒന്നാമനായി വിജയിക്കുകയും ചെയ്തു.

1907 ൽ ജൂൺമാസത്തിൽ കല്ക്കത്തയിൽ അസിസ്റ്റന്റ് അക്കൗണ്ടന്റ് ജനറലായി രാമൻ നിയമിതനായി. അദ്ദേഹത്തിന്റെ വിവാഹവും ആയിടയ്ക്കാണ് നടന്നത്. ത്രിലോകസുന്ദരി എന്നാ യിരുന്നു സഹധർമ്മിണിയുടെ പേര്. കല്ക്കത്തയിൽ താമസി ക്കുന്നകാലത്ത് അദ്ദേഹം അവിടുത്തെ ഇന്ത്യൻ അസോ

സിയേഷൻ ഫോർ കൾട്ടിവേഷൻ ഓഫ് സയൻസ് എന്ന ശാസ്ത്ര സ്ഥാപനത്തിൽ ചേരുകയും സമിതിയുടെ അനുമതിയോടെ തന്റെ ഗവേഷണങ്ങൾ തുടരുകയും ചെയ്തു. പിന്നീട് പിതാവിന്റെ മരണത്തെ തുടർന്ന് രാമൻ സ്വദേശത്തേക്കു മടങ്ങി. വീട്ടിൽ ഒരു ചെറിയ പരീക്ഷണശാല രൂപകല്പന ചെയ്ത് അദ്ദേഹം തന്റെ ഗവേഷണങ്ങൾ തുടർന്നുകൊണ്ടുപോയി.

1917 ൽ കല്ക്കത്താ സർവ്വകലാശാലയിലെ ഒരു പ്രൊഫസറുടെ തസ്തികയിൽ രാമന് നിയമനം ലഭിച്ചു. അപ്പോൾ ലഭിച്ചുകൊണ്ടിരുന്ന ശമ്പളത്തിൽ കുറവുണ്ടാകുമെന്നറിഞ്ഞിട്ടും അദ്ധ്യാപകവൃത്തിയോടുള്ള ആഭിമുഖ്യം കാരണം അദ്ദേഹം ആ നിയമനം സ്വീകരിക്കുകയായിരുന്നു. പഠിക്കുന്നതിൽ മാത്രമല്ല, പഠിപ്പിക്കുന്നതിലും താൻ സമർത്ഥനാണെന്ന് രാമൻ പെട്ടെന്നുതന്നെ തെളിയിച്ചു. സമർത്ഥരായ ചില വിദ്യാർത്ഥികളെ കണ്ടെത്തി അവരെ ഗവേഷണരംഗത്തേക്ക് ആകർഷിക്കുവാനും അദ്ദേഹത്തിനു സാധിച്ചു.

സംഗീതോപകരണങ്ങളിലെ സ്വരവിന്യാസത്തെപ്പറ്റി അദ്ദേഹം ഗവേഷണം നടത്തുന്ന അവസരമായിരുന്നു അത്. പൗരാണിക ഹിന്ദുക്കളുടെ സ്വരസംബന്ധിയായ ജ്ഞാനം, ഇന്ത്യൻ സംഗീതോപകരണങ്ങളുടെ സ്വരശാസ്ത്രം എന്നീ പ്രബന്ധങ്ങൾ അദ്ദേഹം പ്രസിദ്ധീകരിച്ചതോടെ ഈ രംഗത്തും രാമൻ ശ്രദ്ധേയനായി.

പ്രകാശശാസ്ത്രം, ശബ്ദശാസ്ത്രം എന്നിവയിലേക്ക് രാമന്റെ ശ്രദ്ധ തിരിഞ്ഞതോടെ, അദ്ദേഹത്തിന്റെ ഗവേഷണങ്ങൾ ഒരു നിർണ്ണായക ഘട്ടത്തിലേക്ക് പ്രവേശിക്കുകയുണ്ടായി. സമുദ്രത്തിൽ കണ്ടുവന്ന നിറവ്യത്യാസങ്ങൾ രാമന്റെ സവിശേഷമായ ശ്രദ്ധ ആകർഷിച്ചു. 1921 ൽ ഓക്സ്ഫോർഡിൽ നടന്ന അഖില ലോക സർവ്വകലാശാലാ സമ്മേളനത്തിൽ പങ്കെടുക്കാൻ അദ്ദേഹം യൂറോപ്പിലേക്കു പോയി. ആ യാത്രയിൽ മെഡിറ്ററേനിയൻ കടലിലെ ആഴമുള്ള ഭാഗങ്ങളിൽ കാണാനിടയായ കടുംനീലനിറത്തെപ്പറ്റി അദ്ദേഹം ചിന്തിച്ചുകൊണ്ടിരുന്നു. തുടർന്ന് അദ്ദേഹം അവയെപ്പറ്റി ചില പരീക്ഷണങ്ങൾ നടത്തി. പ്രശസ്തമായ "രാമൻ ഇഫക്ട്" എന്ന കണ്ടുപിടുത്തത്തിലാണ് ഈ നിരീ

ക്ഷണ പരീക്ഷണങ്ങൾ ചെന്നെത്തിയത്. 1923 ൽ ആർതർ ഹോളി കോംപ്ടൺ കണ്ടുപിടിച്ച 'കോംപ്ടൻ തിയറി'യുടെ പ്രതിസിദ്ധാന്തമായിരുന്നു രാമൻ ഇഫക്ട് എന്നു പറയാം.

രാമൻ ഇഫക്ട്

"ഏതെങ്കിലും ഒരു നിറത്തിലുള്ള രശ്മികളെ ദ്രാവകം തുടങ്ങിയ ഏതു രൂപത്തിലൂടെയും കടത്തിവിട്ടാൽ, ആ നിറത്തിൽനിന്നു വിഭിന്നമായ നിറത്തോടുകൂടിയ രശ്മികൾ വിക്ഷേപണം മൂലം ഉണ്ടാകുന്നു." എന്നാണ് ഈ തത്ത്വം വിവക്ഷിക്കുന്നത്. അതായത് ഏതു പ്രകാശവും ദ്രവത്തിന്റെ തന്മാത്രകളുമായി ഏറ്റുമുട്ടുമ്പോൾ ഊർജ്ജനഷ്ടം നേരിടുന്നു. എന്നാൽ ചിലപ്പോൾ തന്മാത്രകളിൽനിന്ന് ഊർജ്ജം ഉൾക്കൊണ്ട് പൂർവ്വാധികം ഊർജ്ജവത്തായിട്ടാവും അവ പുറത്തുവരിക."

രാമന്റെ മേൽനോട്ടത്തിൽ 1926 ൽ *ഇന്ത്യൻ ജേണൽ ഫോർ ഫിസിക്സ്* എന്ന പത്രിക പ്രസിദ്ധീകരണമാരംഭിച്ചു. ശാസ്ത്രസംബന്ധമായ ആധികാരിക വിവരങ്ങൾ വിശദീകരിക്കാൻ ഈ മാസിക പ്രയോജനകരമായി. 1928 ൽ ഈ ജേണലിൽ രാമൻ ഇഫക്ട് പ്രസിദ്ധീകരിക്കപ്പെട്ടു. ഡോ. സി വി രാമന്റെ ഈ സുപ്രധാനതത്ത്വത്തെ ആസ്പദമാക്കി ഒട്ടേറെ ഗവേഷണങ്ങളും ചർച്ചകളും മറ്റും ലോകവ്യാപകമായി നടക്കുകയുണ്ടായി. അമേരിക്ക, ബ്രിട്ടൻ, ഫ്രാൻസ്, ഇറ്റലി, ജർമ്മനി തുടങ്ങിയ രാജ്യങ്ങളിൽ രാമൻ ഇഫക്ടിനെ സംബന്ധിച്ച് ഒട്ടേറെ ലേഖനങ്ങൾ പുറത്തുവന്നു. ശാസ്ത്രലോകത്തെ ഒരു വലിയ കണ്ടുപിടുത്തമായി ലോകം രാമൻ ഇഫക്ടിനെ അംഗീകരിച്ചു. 1930 ഡിസംബർ 11 ന് രാമന്റെ ഈ കണ്ടുപിടുത്തത്തെ ആസ്പദമാക്കി ഫിസിക്സിനുള്ള നോബൽ സമ്മാനം അദ്ദേഹത്തിനു നല്കപ്പെട്ടു. ഇതോടെ സി വി രാമൻ വിശ്വവിഖ്യാതനായ ഭാരതീയ ശാസ്ത്രജ്ഞനായി അംഗീകരിക്കപ്പെട്ടു. പ്രഗത്ഭരായ ശാസ്ത്രജ്ഞന്മാരുടെ നിരയിലേക്ക് അദ്ദേഹം ഉയർത്തപ്പെട്ടു. നോബൽ സമ്മാനം നേടുന്ന ആദ്യത്തെ ഏഷ്യൻ ശാസ്ത്രജ്ഞൻ എന്ന ബഹുമതിയും അദ്ദേഹത്തിനു ലഭിച്ചു.

1929 ൽ ബ്രിട്ടീഷ് ചക്രവർത്തി ഡോ. സി വി രാമന് 'സർ

സ്ഥാനം നല്കി. ഒട്ടേറെ വിദേശ സർവ്വകലാശാലകൾ അദ്ദേഹത്തിന് ഡോക്ടറേറ്റും മറ്റും നല്കി ആദരിച്ചു.

1933 ൽ ബാംഗ്ലൂരിലെ ഇന്ത്യൻ ഇൻസ്റ്റിറ്റ്യൂട്ട് ഓഫ് സയൻസിന്റെ ഡയറക്ടറായി അദ്ദേഹം നിയമിക്കപ്പെട്ടു. അദ്ദേഹം സ്ഥാപിച്ചതാണ് ഇന്ത്യൻ അക്കാദമി ഓഫ് സയൻസ്. 1935 ൽ മൈസൂർ രാജാവ് 'രാജസഭാഭൂഷണ' എന്ന ബഹുമതി നല്കി അദ്ദേഹത്തെ ആദരിച്ചു. 1947 ൽ രാമൻ റിസർച്ച് ഇൻസ്റ്റിറ്റ്യൂട്ട് അദ്ദേഹം സ്ഥാപിച്ചു. വിശ്രമരഹിതമായി പ്രവർത്തിക്കാനുള്ള അദ്ദേഹത്തിന്റെ കഴിവ് ഏറെ പ്രകീർത്തിക്കപ്പെട്ടിട്ടുണ്ട്. പ്രായം ഏറിയെങ്കിലും തന്റെ ഗവേഷണങ്ങളുമായി അദ്ദേഹം മുന്നോട്ടു തന്നെപോയി.

1948 ൽ സ്വതന്ത്രഭാരതത്തിലെ ആദ്യത്തെ 'നാഷണൽ റിസർച്ച് പ്രൊഫസർ' എന്ന സ്ഥാനം ആദ്യമായി അദ്ദേഹത്തിനു നല്കപ്പെട്ടു. കാഴ്ചയുടെ ശരീരശാസ്ത്രത്തെപ്പറ്റി ഗവേഷണം നടത്തിയ രാമൻ, ഒരാൾക്ക് സ്വന്തം നേത്രപടലം (റെറ്റിന) നേരിട്ടു കാണുവാനും, അതിന്റെ പ്രവർത്തനരീതികൾ വീക്ഷിക്കുവാനും യാതൊരു ഉപകരണത്തിന്റെയും സഹായമില്ലാതെ സാദ്ധ്യമാകുന്ന ഒരു നൂതന സമ്പ്രദായം വെളിപ്പെടുത്തി.

ഈ നിരീക്ഷണം നടത്താൻ ആഗ്രഹിക്കുന്ന ആൾ, നല്ല വണ്ണം പ്രകാശമുള്ള ഒരു വെള്ള തിരശ്ശീലയെ അഭിമുഖീകരിച്ച് ഇരിക്കണം. അയാൾ തിരഞ്ഞെടുത്ത ഒരു കളർ ഫിൽറ്റർ, കണ്ണിനോടടുപ്പിച്ച് പിടിച്ച് കുറേ സമയം ഇങ്ങനെ നോക്കിക്കൊണ്ടിരുന്നശേഷം, പെട്ടെന്ന് ഫിൽറ്റർ മാറ്റിക്കളയുക. അപ്പോൾ നിരീക്ഷകന് സ്വന്തം നേത്രപടലത്തിന്റെ വിപുലമായ തലം ആ തിരശ്ശീലയിൽ കാണാൻ കഴിയുമത്രേ. പ്രതിബിംബവും അതിന്റെ വർണ്ണവും ഉപയോഗിക്കുന്ന കളർഫിൽറ്ററിനെ ആശ്രയിച്ചിരിക്കും.

1958 ജൂണിൽ രാമൻ റഷ്യ സന്ദർശിച്ചു. അദ്ദേഹത്തിന് ജൂൺ 13 ന് ക്രെംലിനിൽവച്ച് 'സാർവ്വദേശീയ ലെനിൻ സമ്മാനം' ഡോക്ടർ ഓഫ് സയൻസ് എന്ന ബിരുദം നല്കി അദ്ദേഹത്തെ ആദരിച്ചു.

ശാസ്ത്രത്തെ കണ്ടെത്തേണ്ടത്, പരീക്ഷണശാലയിലെ നാല് ചുവരുകൾക്കുള്ളിലല്ല, പ്രപഞ്ചത്തിലാണെന്ന അഭിപ്രായമായിരുന്നു ഡോ. സി വി രാമന് ഉണ്ടായിരുന്നത്. ഇന്ത്യയിലെ ശാസ്ത്ര

ഗവേഷക വിദ്യാർത്ഥികളിൽ പലരും, വിദേശങ്ങളിൽ പോയി ഗവേഷണം നടത്താനാണ് ഇഷ്ടപ്പെടുന്നതെന്ന് അദ്ദേഹം ചൂണ്ടിക്കാട്ടി. ഇതിനെ അദ്ദേഹം പലപ്പോഴും എതിർത്തിരുന്നു. സ്വന്തം നാട്ടിലെ സൗകര്യങ്ങൾ ഉപയോഗപ്പെടുത്തി അതിലൂടെ നേട്ടങ്ങൾ കൊയ്യാനാവണം യുവ ശാസ്ത്രജ്ഞന്മാർ പരിശ്രമിക്കേണ്ടതെന്ന് അദ്ദേഹം നിർദ്ദേശിച്ചു.

തന്റെ ഗവേഷണശാലയ്ക്കു സമീപം നിർമ്മിച്ച പൂന്തോട്ടത്തിൽ പൂക്കളോടും പൂമ്പാറ്റകളോടും സല്ലപിച്ച് സമയം ചെലവഴിക്കാൻ എന്നും രാമൻ സമയം കണ്ടെത്തിയിരുന്നു. തന്റെ പൂന്തോട്ടത്തിൽ വളരുന്ന എല്ലാ സസ്യങ്ങളുടെയും ശാസ്ത്രനാമം അദ്ദേഹത്തിന് ഹൃദിസ്ഥമായിരുന്നു. പ്രകൃതിയെ അളവറ്റു സ്നേഹിച്ച അദ്ദേഹം ഒരു സൗന്ദര്യാരാധകൻ കൂടിയായിരുന്നു.

ഡോ. സി വി രാമൻ ശാസ്ത്രലോകത്തിനു നല്കിയിട്ടുള്ള വിലയേറിയ സംഭാവനകൾ കണക്കിലെടുത്ത് 1954 ലെ സ്വാതന്ത്ര്യദിനാഘോഷ ചടങ്ങിൽവച്ച് ഭാരതത്തിന്റെ ഏറ്റവും വലിയ ബഹുമതിയായ 'ഭാരതരത്നം' രാഷ്ട്രപതി ഡോ. രാജേന്ദ്രപ്രസാദ് അദ്ദേഹത്തിനു സമ്മാനിച്ചു. ശാസ്ത്രവിഷയങ്ങൾ ലളിതമായ ഭാഷയിൽ മറ്റുള്ളവർക്ക് പറഞ്ഞുകൊടുക്കാൻ അദ്ദേഹത്തിന് അപാരമായ കഴിവാണുണ്ടായിരുന്നത്. ദേശസ്നേഹിയായിരുന്ന അദ്ദേഹം തന്റെ നാട്ടുകാരുടെ കഴിവിൽ വിശ്വാസമുണ്ടായിരുന്ന വ്യക്തികൂടിയാണ്.

1970 നവംബർ 21 ന് 82-ാം വയസ്സിൽ സി വി രാമൻ ദിവംഗതനായി. രാമൻ റിസർച്ച് ഇൻസ്റ്റിറ്റ്യൂട്ടിന് സമീപത്തു തന്നെയാണ് അദ്ദേഹത്തിന്റെ ഭൗതികശരീരം അടക്കം ചെയ്തത്. ആ സ്ഥാപനം ആ മഹാശാസ്ത്രജ്ഞന്റെ നിത്യസ്മാരകമായി ഇന്നും പ്രവർത്തിച്ചുവരുന്നു.

രാമൻ പ്രഭാവം ഇന്നുംതുണ

2002 ൽ അറ്റ്ലാന്റിക് സമുദ്രത്തിൽ സ്ഥാപിച്ച ഫൈബർ നാരുകളിലൂടെ വിവരവിനിമയ വിപ്ലവം സാദ്ധ്യമാക്കാൻ അതേ രാമൻ പ്രഭാവം തുണയായതായി "ഫൈബർ ആംപ്ലിഫയർ" രൂപ

പ്പെടുത്തുകയും വിവര വിനിമയരംഗത്ത് വിപ്ലവം സൃഷ്ടിക്കാൻ കഴിഞ്ഞതും അന്നത്തെ ഐ എസ് ആർ ഓ ചെയർമാൻ ഡോ. കസ്തൂരി രംഗൻ ബാംഗ്ലൂരിൽ വെളിപ്പെടുത്തി.

ജീവിതരേഖ

1888 നവംബർ 7. ജനനം തമിഴ്നാട്ടിലെ തൃശ്ശിനാപ്പള്ളി. പിതാവ്: ചന്ദ്രശേഖര അയ്യർ. അമ്മ: പാർവ്വതി അമ്മാൾ
1902 എഫ് എ പരീക്ഷ ജയിക്കുന്നു.
1904 ബി എ പരീക്ഷയിൽ വിജയി.
1907 എം എ പരീക്ഷ ഒന്നാം ക്ലാസിൽ ജയിക്കുന്നു.
1907 അസിസ്റ്റന്റ് അക്കൗണ്ട് ജനറലായി ജോലി.
1917 കല്ക്കത്ത സർവ്വകലാശാല പ്രൊഫസർ.
1919 ശാസ്ത്രസമിതി കാര്യദർശി
1921 ഓക്സ്ഫോർഡ് സർവ്വകലാശാലാ സമ്മേളനം
1921 ആദ്യത്തെ കടൽയാത്ര – കടലിന്റെ നിറത്തെപ്പറ്റി ചിന്ത യുദിക്കുന്നു.
1924 കാനഡയിലെ ശാസ്ത്രകാര സമ്മേളനം
1924 ലണ്ടനിൽ റോയൽ സൊസൈറ്റി അംഗത്വം
1925 മോസ്കോയിൽ റഷ്യൻ സയൻസ് അക്കാദമി സമ്മേളന പ്രതിനിധി
1928 'രാമൻ ഇഫക്ട്' കണ്ടെത്തി.
1929 ഇന്ത്യൻ സയൻസ് കോൺഗ്രസ് അദ്ധ്യക്ഷൻ
1930 ഡിസംബർ 11. നോബൽ സമ്മാന ജേതാവ്
1933 ഇന്ത്യൻ ഇൻസ്റ്റിറ്റ്യൂട്ട് ഓഫ് സയൻസ് ഡയറക്ടർ
1934 ഇന്ത്യൻ അക്കാദമി ഓഫ് സയൻസ് സ്ഥാപനം
1949 രാമൻ റിസർച്ച് ഇൻസ്റ്റിറ്റ്യൂട്ട് സ്ഥാപിച്ചു.
1954 ഭാരതരത്നം ബഹുമതി
1958 സോവിയറ്റ് ലെനിൻ സമ്മാനം
1961 ലോകശാസ്ത്ര സമിതി അംഗം
1970 നവംബർ 21. നിര്യാതനാവുന്നു.

ജഗദീശ് ചന്ദ്രബോസ്

രാത്രിയിൽ വീട്ടുമുറ്റത്ത് ഓടിക്കളിക്കുകയായിരുന്നു ആ കൊച്ചുബാലൻ. മുറ്റത്തുള്ള ഒരു തൈച്ചെടിയിൽ അവൻ പിടിച്ചുകുലുക്കിയപ്പോൾ അവന്റെ അമ്മ പറഞ്ഞു: "മകനേ, ആ ചെടി ഉറങ്ങുകയല്ലേ? അതിനെ എന്തിനാണ് നീ ശല്യപ്പെടുത്തുന്നത്."

അതുകേട്ട് അവൻ പെട്ടെന്ന് കൈ പിൻവലിച്ചു. അമ്മയുടെ ആ വാക്കുകൾ ആ കുരുന്നു ഹൃദയത്തിൽ എത്രമാത്രം പ്രഭാവമുളവാക്കിയെന്ന് അപ്പോഴാരും ശ്രദ്ധിച്ചില്ല. എന്നാൽ ആ കുരുന്നു മനസ്സിൽ അമ്മയുടെ വാക്കുകൾ മായാത്ത രേഖകൾ പതിപ്പിച്ചു കഴിഞ്ഞിരുന്നു. നീണ്ട വർഷങ്ങൾ കടന്നുപോയി. മകൻ പ്രായപൂർത്തിയായി. ഭൗതികശാസ്ത്രത്തിൽ ബിരുദം നേടി. അദ്ധ്യാപകനുമായി. എങ്കിലും അമ്മയുടെ ആ വാക്കുകൾ പിന്തുടർന്ന് ജീവശാസ്ത്ര രംഗത്ത് ഒട്ടേറെ ഗവേഷണങ്ങൾ നടത്തുവാൻ അവന് ധൈര്യം നല്കി. സസ്യങ്ങൾക്കു ജീവനുണ്ടെന്നും ചൂടും തണുപ്പും മുറിവും വിഷബാധയുമെല്ലാം സസ്യങ്ങളിൽ ഓരോ വിധത്തിൽ പ്രതികരണമുളവാക്കുമെന്നും അദ്ദേഹം കണ്ടുപിടിച്ചു. ശാസ്ത്രലോകത്തു ഒട്ടേറെ വിവാദങ്ങൾക്കുപോലും വഴി തെളിയിച്ച ആ കണ്ടുപിടുത്തങ്ങൾ നടത്തിയത് പ്രശസ്ത ഭാരതീയ ശാസ്ത്രജ്ഞനായ ജഗദീശ് ചന്ദ്രബോസാണ്.

ജനനവും വിദ്യാഭ്യാസവും

ധാക്കയ്ക്കടുത്ത് വിക്രംപൂർ ജില്ലയിലെ രാരിക്കൽ (ഇപ്പോൾ ബംഗ്ലാദേശിൽ) എന്ന ഗ്രാമത്തിൽ 1858 നവംബർ 30 നാണ് ജെ സി ബോസ് എന്നറിയപ്പെട്ട ജഗദീശ് ചന്ദ്രബോസ് ജനിച്ചത്. അച്ഛൻ ഭഗവാൻ ചന്ദ്രബോസ് സർക്കാർ സർവ്വീസിൽ ഒരു ഡെപ്യൂട്ടി മജിസ്ട്രേറ്റായിരുന്നു. ഭാമ സുന്ദരി എന്നായിരുന്നു മാതാവിന്റെ പേര്. 1858 ന് മറ്റൊരു പ്രത്യേകതയുമുണ്ടായിരുന്നു. ഭാരതത്തിന്റെ ഭരണാധികാരം ബ്രിട്ടനിലെ വിക്ടോറിയാ രാജ്ഞി, ഈസ്റ്റ് ഇന്ത്യാ കമ്പനിയിൽനിന്ന് ഏറ്റെടുത്ത (നവംബർ ഒന്ന്) വർഷമായിരുന്നു അത്.

മകനെ നല്ലൊരു ഭാരതീയനാക്കി വളർത്തിക്കൊണ്ടുവരണമെന്ന് പിതാവ് ആഗ്രഹിച്ചു. ഇംഗ്ലീഷ് സ്കൂളിൽ അയക്കാതെ ഒരു സാധാരണ ബംഗാളി വിദ്യാലയത്തിലാണ് അദ്ദേഹം മകനെ ചേർത്തത്. *രാമായണ*വും *മഹാഭാരത*വും ഉൾപ്പെടെ പുരാണ ഗ്രന്ഥങ്ങളെല്ലാം വായിക്കുവാൻ ജഗദീശിന് സൗകര്യം ലഭിച്ചു. *മഹാഭാരത*ത്തിലെ കർണ്ണനായിരുന്നു ജഗദീശിന്റെ പ്രിയപ്പെട്ട കഥാപാത്രം.

1869 ൽ പ്രാഥമിക വിദ്യാഭ്യാസം പൂർത്തിയാക്കിയശേഷം ജഗദീശ് കല്ക്കത്ത ഹാരെ സ്കൂളിലും പിന്നീട് കല്ക്കത്ത സെന്റ് സേവ്യേഴ്സ് സ്കൂളിലും പഠിച്ചു. 1875 ൽ കല്ക്കത്ത സെന്റ് സേവ്യേഴ്സ് കൊളേജിൽ ചേരുകയും ബി എ ബിരുദം സമ്പാദിക്കുകയും ചെയ്തു. ഇഷ്ട വിഷയം ജന്തുശാസ്ത്രമായിരുന്നെങ്കിലും സർവ്വകലാശാലയിൽ അതു ഐച്ഛിക വിഷയമല്ലാത്തിനാൽ ഭൗതിക ശാസ്ത്രമെടുത്താണ് ബിരുദം നേടിയത്.

ഉപരിപഠനത്തിനായി ഇംഗ്ലണ്ടിലേക്കുപോയ ജഗദീശ് 1881 ൽ കേംബ്രിഡ്ജിലെ ക്രൈസ്റ്റ് കോളേജിൽ ചേർന്നു. രസതന്ത്രത്തിൽ ഡി എസ് സി ബിരുദം നേടിയ അദ്ദേഹം. 1884 ൽ കല്ക്കത്തയിൽ മടങ്ങിയെത്തി. 1885 ൽ കല്ക്കത്ത പ്രസിഡൻസി കോളേജിൽ ഭൗതികശാസ്ത്ര അദ്ധ്യാപകനായി അദ്ദേഹത്തിനു നിയമനം ലഭിച്ചു. എന്നാൽ അക്കാലത്ത് ബ്രിട്ടീഷുകാരായ അദ്ധ്യാപകർക്കു തുല്യമായ ശമ്പളം ഇന്ത്യാക്കാർക്കു നല്കിയിരുന്നി

ല്ല. ബോസ് അതിൽ പ്രതിഷേധിച്ച് മൂന്നു വർഷക്കാലം ശമ്പളം പറ്റാതെയാണ് ജോലി ചെയ്തത്. പിന്നീട് സർവ്വകലാശാല തെറ്റ് മനസ്സിലാക്കി ശരിയായ ശമ്പളം മുൻകാല പ്രാബല്യത്തോടെ അദ്ദേഹത്തിന് അനുവദിച്ചു കൊടുത്തു.

1887 ൽ അബല ദാസിനെ അദ്ദേഹം വിവാഹം ചെയ്തു. കല്ക്കത്ത സർവ്വകലാശാലയിൽ അധ്യാപകനായിരിക്കുമ്പോഴാണ് ഗവേഷണത്തിലേക്ക് അദ്ദേഹത്തിന്റെ ശ്രദ്ധ തിരിഞ്ഞത്. സർവ്വകലാശാലയിൽ അക്കാലത്ത് ഗവേഷണം നടന്നിരുന്നില്ല. ലാബറട്ടറി സൗകര്യമോ, ഉപകരണങ്ങളോ മാർഗ്ഗനിർദ്ദേശം നല്കാൻ പ്രാപ്തരായ ശാസ്ത്രജ്ഞരോ അന്ന് ഉണ്ടായിരുന്നില്ല.

കോളേജ് വിദ്യാഭ്യാസകാലത്ത് ഫാദർ ലാഫോണ്ടും, കേംബ്രിഡ്ജിലെ ഉപരിപഠനവേളയിൽ പ്രൊഫ. ലോർഡ് റേയ്ലീഫും ഊർജ്ജതന്ത്രത്തിൽ ശ്രദ്ധ കേന്ദ്രീകരിക്കാൻ ബോസിനു പ്രചോദനം നല്കിയിരുന്നു. ഗവേഷണത്തിനുള്ള ഉപകരണങ്ങൾ സ്വയം രൂപകല്പന ചെയ്ത് അദ്ദേഹം നിർമ്മിച്ചെടുത്തു. എന്നാൽ കോളേജ് അധികൃതർ വേണ്ടത്ര സഹകരണം ഇക്കാര്യങ്ങൾക്ക് നല്കിയില്ല. ഇരുപതു ചതുരശ്ര അടി മാത്രം വിസ്തീർണ്ണമുള്ള ഒരു ഇടുങ്ങിയ മുറിയാണ് സർവ്വകലാശാല ഗവേഷണത്തിനായി വിട്ടുനല്കിയത്. അതിലിരുന്നാണ് തന്റെ ഗവേഷണ പദ്ധതികൾക്ക് അദ്ദേഹം രൂപം നല്കിയത്.

ഗവേഷണ രംഗത്തേക്കുകടന്ന അദ്ദേഹം അദൃശ്യങ്ങളായ ഇലക്ട്രോ മാഗ്നറ്റിക് തരംഗങ്ങളെക്കുറിച്ച് പഠനം നടത്തി. ഹെർട്സ് എന്ന ശാസ്ത്രജ്ഞൻ നേരത്തെ നടത്തിയ പഠനങ്ങൾ അദ്ദേഹത്തിനു മാർഗ്ഗദർശകമായി. ഹെർട്സ്യൽ തരംഗങ്ങളെപ്പറ്റി പഠനം നടത്തുകയും പലതരം വസ്തുക്കളിലൂടെ ഈ തരംഗങ്ങൾ കടന്നുപോകുമ്പോൾ സംഭവിക്കുന്ന അപഭംഗത്തെക്കുറിച്ച് പല പുതിയ നിഗമനങ്ങളും അദ്ദേഹം കണ്ടെത്തുകയും ചെയ്തു. ബ്രിട്ടനിലെ റോയൽ സൊസൈറ്റി ശാസ്ത്രമാസികയിൽ ഈ ഗവേഷണ പ്രബന്ധം പ്രസിദ്ധീകരിച്ചതോടെ, അദ്ദേഹത്തിന് അതൊരു വലിയ അംഗീകാരമായി.

മാർക്കോണി വയർലസ് കണ്ടുപിടിക്കുന്നതിനുള്ള ശ്രമങ്ങൾ നടത്തുന്ന അതേകാലത്ത് കല്ക്കത്തയിലെ ടൗൺ ഹാളിൽ വച്ച്

വയർലസ് ഉപകരണങ്ങളെ സംബന്ധിച്ച് ബോസ് ഒരു പ്രഭാഷണം നടത്തി. വൈദ്യുത തരംഗങ്ങളുടെ ധ്രുവീകരണം, തരംഗദൈർഘ്യം കണ്ടുപിടിക്കാനുള്ള ഡിഫ്രാക്ഷൻ ഗ്രേറ്റിങ് വിദ്യ എന്നിവ സംബന്ധിച്ച് അദ്ദേഹം തയ്യാറാക്കിയ പ്രബന്ധം ലണ്ടൻ സർവ്വകലാശാല അംഗീകരിക്കുകയും 1896 ൽ അദ്ദേഹത്തിന് ഡോക്ടർ ഓഫ് സയൻസ് എന്ന ബിരുദം നല്കുകയും ചെയ്തു. ഇതോടെ ബോസ് ശാസ്ത്രലോകത്തെ ഒരു അറിയപ്പെടുന്ന ഗവേഷകനായി മാറി.

ഇംഗ്ലണ്ടിലും അമേരിക്കയിലും അനേകം ശാസ്ത്രസദസ്സുകളിൽ പങ്കെടുത്ത് അദ്ദേഹം തന്റെ സ്വന്തം നിഗമനങ്ങളും കണ്ടുപിടുത്തങ്ങളും അവതരിപ്പിക്കുകയുണ്ടായി. ലോർഡ് കെൽവിനെപ്പോലെയുള്ള ശാസ്ത്രരംഗത്തെ മഹാരഥന്മാർ അദ്ദേഹത്തെ അഭിനന്ദിച്ചു.

1900 ൽ ഊർജ്ജതന്ത്രത്തിൽനിന്ന് ജീവശാസ്ത്ര പഠന ഗവേഷണങ്ങളിലേക്ക് ബോസ് തന്റെ ശ്രദ്ധ കേന്ദ്രീകരിച്ചു. ഇത് ശാസ്ത്രകാരന്മാരിൽ പല വിവാദങ്ങൾക്കും വഴിതെളിച്ചു. പാരീസിൽ നടന്ന ശാസ്ത്ര സമ്മേളനത്തിൽ ഭൗതികശാസ്ത്രവും ജീവശാസ്ത്രവും തമ്മിൽ ബന്ധമുള്ളതായി അദ്ദേഹം അവകാശപ്പെട്ടു. വൈദ്യുതിയുടെ സ്വാധീനം കൊണ്ടുണ്ടാകുന്ന പ്രതിഭാസങ്ങൾ ജീവനുള്ളവയിലും ഇല്ലാത്തവയിലും എന്ന വിഷയമാണ് അദ്ദേഹം അവതരിപ്പിച്ചത്. ഈ നിഗമനങ്ങളെ അംഗീകരിക്കാൻ ഒരു കൂട്ടർ തയ്യാറായില്ല. എന്നാൽ ഈ ദിശയിൽ കാര്യമായ ഗവേഷണങ്ങൾ നടത്തി, തന്റെ അനുമാനങ്ങൾ ശരിയാണെന്നു തെളിയിക്കുകയുണ്ടായി. മൂന്നു ശാസ്ത്ര ഗ്രന്ഥങ്ങൾ ഇതേപ്പറ്റി അദ്ദേഹം പ്രസിദ്ധീകരിച്ചു. ജീവനുള്ളവയിലും ഇല്ലാത്തവയിലും കാണുന്ന പ്രതികരണങ്ങൾ, ശരീരശാസ്ത്രവും കോശങ്ങളുടെ ഘടനയും, ജീവശാസ്ത്രത്തിൽ വൈദ്യുതിയുടെ താരതമ്യം എന്നിവയായിരുന്നു പ്രതിപാദ്യവിഷയങ്ങൾ.

സസ്യശാസ്ത്രത്തിൽ വിപ്ലവകരമായ കണ്ടുപിടുത്തങ്ങളുടെ തുടക്കമായിരുന്നു അത്. സസ്യങ്ങളുടെ വളർച്ച, വിശ്രമവും ഉറക്കവും സ്പർശനം കൊണ്ടുണ്ടാകുന്ന പ്രതികരണങ്ങൾ എന്നീ വിഷയങ്ങളെപ്പറ്റി ആധികാരിക പഠനങ്ങളും അദ്ദേഹം തയ്യാറാ

ക്കി. സസ്യങ്ങൾക്ക് ജീവനുണ്ടെന്നും വിഷാദവും ആശ്ചര്യവും വിശപ്പും ദാഹവുമെല്ലാം സസ്യങ്ങൾക്കും അനുഭവപ്പെടുന്നുണ്ടെന്നും തന്റെ ലഘു ഉപകരണങ്ങളിലൂടെ സംശയരഹിതമായി തന്നെ അദ്ദേഹം കാട്ടിക്കൊടുത്തു. ചൂട്, വെളിച്ചം, കാറ്റ് തുടങ്ങിയുള്ള ബാഹ്യഘടകങ്ങൾ വളർച്ചയെ ബാധിക്കുമോ? പരിസ്ഥിതി മാറാൻ ഒരു നിമിഷം മതി എന്ന കാര്യം വിസ്മരിക്കാമോ? ഇതു നിരീക്ഷിക്കാനാണ് ബോസ് ഒരു യന്ത്രം നിർമ്മിച്ചത്. സസ്യത്തിൽ ഒരു മില്ലിമീറ്ററിന്റെ മൂവായിരത്തിൽ ഒരംശംപോലും വളരുന്നത് കണ്ടുപിടിക്കാനും രേഖപ്പെടുത്താനും ഈ യന്ത്രം സഹായിക്കും. 'ക്രെസ്കോഗ്രാഫ്' എന്നാണ് ആ യന്ത്രത്തിന് അദ്ദേഹം നല്കിയ പേര്. ഈ യന്ത്രത്തെപ്പറ്റി മനസ്സിലാക്കിയ ശാസ്ത്രലോകം അദ്ദേഹത്തെ മുക്തകണ്ഠം പ്രശംസിച്ചു. *സയന്റിഫിക് അമേരിക്കൻ* എന്ന ശാസ്ത്ര മാസിക ഈ ഗവേഷണത്തെ വിശേഷിപ്പിച്ചത് 'അലാവുദ്ദീന്റെ അത്ഭുത വിളക്ക്' എന്നാണ്.

തുടർന്നുള്ള ഗവേഷണത്തിന്റെ ഫലമായി കുറെക്കൂടി സൂക്ഷ്മമായ അളവുകൾ രേഖപ്പെടുത്തുന്ന ഒരു യന്ത്രത്തിന്റെ ആവശ്യകത അദ്ദേഹത്തിനു ബോദ്ധ്യമായി. അതിനായി ബോസ് നിർമ്മിച്ച പുതിയ യന്ത്രമാണ്. 'മാഗ്നറ്റിക് ക്രെസ്കോഗ്രാഫ്.' വളർച്ചയുടെ പത്തുകോടി ഇരട്ടി വരെ വലുതാക്കി കാണിക്കാൻ ഈ ഉപകരണത്തിനു കഴിയും എന്നതാണ് അതിന്റെ സവിശേഷത.

അവസാനം ജീവശാസ്ത്രജ്ഞന്മാരും ഊർജ്ജതന്ത്രജ്ഞരും ഈ ഗവേഷണങ്ങൾ അംഗീകരിക്കുകയുണ്ടായി. 1915 ൽ ഇംഗ്ലണ്ടിലെ റോയൽ സൊസൈറ്റി പ്രഭാഷണങ്ങൾക്കായി അദ്ദേഹത്തെ ക്ഷണിച്ചു. *സസ്യങ്ങളുടെ ജീവചലനങ്ങൾ* എന്ന നാലുവാല്യങ്ങളുള്ള ഒരു ഗ്രന്ഥം അദ്ദേഹം പ്രസിദ്ധീകരിച്ചു. ചെറുപ്പത്തിൽ മാതാവിൽ നിന്നുകിട്ടിയ ആ അറിവ് പില്ക്കാലത്ത് സസ്യലോകത്തെ സംബന്ധിച്ച് സമഗ്രമായ ഒട്ടേറെ കണ്ടുപിടിത്തങ്ങൾക്ക് വഴിതെളിച്ചു.

1915 ൽ കല്ക്കത്ത യൂണിവേഴ്സിറ്റിയിൽനിന്ന് വിരമിച്ചുവെങ്കിലും, ആജീവനാന്തം യൂണിവേഴ്സിറ്റിയുടെ എമെറിറ്റസ്

പ്രൊഫസറായി തുടരുവാൻ അദ്ദേഹത്തെ അനുവദിച്ചു. 1916 ൽ ബ്രിട്ടീഷ് ഗവൺമെന്റ് അദ്ദേഹത്തിന് 'സർ' സ്ഥാനം നല്കി ആദരിച്ചു.

ബോസ് റിസർച്ച് ഇൻസ്റ്റിറ്റ്യൂട്ട്

ലോകത്തിന്റെ വിവിധ ഭാഗങ്ങളിൽ നിന്നു ലഭിച്ച സഹകരണമാണ് 1917 ൽ (നവംബർ 20 ന്) കല്ക്കത്തയിൽ ബോസ് റിസർച്ച് ഇൻസ്റ്റിറ്റ്യൂട്ട് സ്ഥാപിക്കാൻ അദ്ദേഹത്തിനു സഹായകമായത്. ഗവേഷണങ്ങൾക്കു നേതൃത്വം നല്കിക്കൊണ്ട് അദ്ദേഹം തന്റെ സ്ഥാപനത്തെ വളർച്ചയിലേക്കു നയിച്ചു. തുടർന്ന് ലോകത്തിന്റെ വിവിധ ഭാഗങ്ങളിൽ നിന്ന് സ്വീകരണങ്ങളും അംഗീകാരങ്ങളും അദ്ദേഹത്തെ തേടിയെത്തി. 1928 ൽ ജനീവയിൽവച്ച് ബോസിന് നല്കിയ സ്വീകരണയോഗത്തിൽ പങ്കെടുത്ത പ്രശസ്ത ശാസ്ത്രജ്ഞൻ ആൽബർട്ട് ഐൻസ്റ്റീൻ "ജഗദീശ് ചന്ദ്രനു വേണ്ടി ഒരു വലിയ വിജയസ്തംഭം നമുക്കു നിർമ്മിക്കണം." എന്നു പറഞ്ഞുകൊണ്ടാണ് അദ്ദേഹത്തെ അഭിനന്ദിച്ചത്. പ്രശസ്ത ചിന്തകനായ റൊമെയിൽ റോളണ്ടും ഈ സമ്മേളനത്തിൽ പങ്കെടുത്ത് ഡോ. ജെ സി ബോസിനെ അഭിനന്ദിച്ചു.

ലീഗ് ഓഫ് നേഷൻസിന്റെ സമ്മേളനത്തിൽ പങ്കെടുക്കാനാണ് 1929 ൽ ബോസ് അവസാനമായി യൂറോപ്പ് സന്ദർശിച്ചത്. തൊട്ടാവാടിയിലും രാമനാമപ്പച്ചയിലും നടത്തിയ പരീക്ഷണങ്ങളാണ്, നാഡീസ്പന്ദനത്തിനു തുല്യമായ ചില ജൈവ പ്രവർത്തനങ്ങൾ സസ്യങ്ങളിലുണ്ട് എന്ന നിഗമനത്തിൽ അദ്ദേഹത്തെ കൊണ്ടെത്തിച്ചത്. അദ്ദേഹത്തിന്റെ ഈ രംഗത്തെ പ്രവർത്തനങ്ങൾ ലോകത്തിന്റെ സവിശേഷമായ ശ്രദ്ധയാകർഷിച്ചു എന്ന കാര്യം അടിവരയിട്ടു പറയേണ്ടിയിരിക്കുന്നു.

വിദ്യാഭ്യാസകാലം മുതൽ തന്നെ ബോസ് നല്ലൊരു സാഹിത്യോപാസകനുമായിരുന്നു. പുരാണങ്ങളിലും മറ്റും നല്ല അവഗാഹം പുലർത്തിയ അദ്ദേഹം വാക്കിലും പ്രവൃത്തിയിലും ഭാരതീയനായിരുന്നു. ഇന്ത്യൻ സയൻസ് കോൺഗ്രസിന്റെ പ്രസിഡന്റായി പ്രവർത്തിച്ച അദ്ദേഹം തുടർന്ന് ബംഗളീയ സാഹിത്യ പരിഷത്തിന്റെ അദ്ധ്യക്ഷപദവും അലങ്കരിച്ചിരുന്നു. നല്ലൊരു

വാഗ്മിയും എഴുത്തുകാരനും എന്ന നിലയിൽ അദ്ദേഹം ബുദ്ധിജീവികളുടെ പ്രശംസ നേടിയിട്ടുണ്ട്.

ഇന്ത്യയിലെ യുവഗവേഷകർക്ക് വേണ്ട സൗകര്യങ്ങളും പരിശീലനവും നല്കുക എന്ന ലക്ഷ്യമായിരുന്നു ബോസ് റിസർച്ച് ഇൻസ്റ്റിറ്റ്യൂട്ടിന്റേത്. 1937 ൽ തന്റെ സർവ്വസ്വവുമായ എല്ലാം ബോസ് റിസർച്ച് ഇൻസ്റ്റിറ്റ്യൂട്ടിന് അദ്ദേഹം സംഭാവന ചെയ്തു. 1937 നവംബർ 23 ന് 80-ാം വയസ്സിൽ അദ്ദേഹം നിത്യ നിദ്രയിൽ ലയിച്ചു.

ഉന്നതനിലവാരത്തിലുള്ള ശാസ്ത്രപഠനങ്ങൾ നടത്തുന്ന കല്ക്കത്തയിലെ ബോസ് റിസർച്ച് ഇൻസ്റ്റിറ്റ്യൂട്ട് അദ്ദേഹത്തിന്റെ നിത്യസ്മാരകമായി ഇന്നും പ്രവർത്തിക്കുന്നുണ്ട്.

ഋഷിതുല്യനായ സത്യാന്വേഷിയായിരുന്നു ജഗദീശ് ചന്ദ്ര ബോസ്. അദ്ദേഹം ഭാരതത്തിന്റെ മഹത്ത്വത്തിൽ അഭിമാനം കൊണ്ടിരുന്നു. തന്റെ ഗവേഷണശാലയെ ഒരു ക്ഷേത്രമായും ഗവേഷണത്തെ തപസ്യയായും കരുതിയിരുന്നു. ഋഷിതുല്യനായ മഹാത്മാവായിരുന്നു അദ്ദേഹം. ഒരിക്കൽ അദ്ദേഹം പറഞ്ഞു: സസ്യങ്ങൾ ഭൂമിയിൽനിന്ന് രസങ്ങൾ വലിച്ചെടുത്ത് ചൂടും പ്രകാശവും സ്വീകരിച്ച് വളരുന്നു. എന്റെ ഭൂമിയുടെ ചൈതന്യം എന്നിലൂടെ ഉത്തേജിക്കപ്പെട്ടിരിക്കുന്നു. ഞാൻ എന്റെ ദേശവാസികളുടെ സ്നേഹത്തിലൂടെ വളർന്നു എന്ന്.

മഹാകവി രവീന്ദ്രനാഥ ടാഗോറിന്റെ ഉറ്റ സുഹൃത്തായിരുന്നു ജഗദീശ് ചന്ദ്രൻ. അദ്ദേഹത്തിന്റെ അഭ്യർത്ഥന പ്രകാരമാണ് ടാഗോർ 'കർണ്ണകുന്തീ സംവാദം' എന്ന കവിത രചിച്ചത്. ജഗദീശ് ചന്ദ്രന്റെ പ്രിയ കഥാപാത്രമായിരുന്നല്ലോ കർണ്ണൻ.

ഒരു ഡസനിലേറെ ശാസ്ത്രഗ്രന്ഥങ്ങളുടെ കർത്താവാണ് ഡോ. ജെ സി ബോസ്. അദ്ദേഹത്തിന്റെ സസ്യശാസ്ത്ര സംബന്ധമായ കണ്ടുപിടുത്തങ്ങൾ പില്ക്കാലത്ത് ഇന്ത്യയുടെ കാർഷികരംഗത്ത് ഒട്ടേറെ ഗുണപരമായ മാറ്റങ്ങൾക്ക് നാന്ദി കുറിക്കുകയുണ്ടായി.

ജീവിതരേഖ

1858 നവംബർ 30. ബംഗാളിലെ ധാക്കയിൽ വിക്രമപുരത്തുള്ള രാരിക്കൽ ഗ്രാമത്തിൽ
അച്ഛൻ: ഭഗവൻ ചന്ദ്രബോസ്
അമ്മ: രാമസുന്ദരീദേവി

1869 പ്രാഥമിക വിദ്യാഭ്യാസം പൂർത്തിയാക്കുന്നു.

1879 ഭൗതികശാസ്ത്രത്തിൽ ബിരുദം നേടുന്നു.

1875 കല്ക്കത്ത സെന്റ് സേവ്യേഴ്സ് കോളേജിൽ

1881 കേംബ്രിജിലെ ക്രൈസ്റ്റ് കോളേജിൽനിന്ന് ഡി എസ് സി ബിരുദം സമ്പാദിക്കുന്നു.

1885 കല്ക്കത്ത പ്രസിഡൻസി കോളേജിൽ ഭൗതിക ശാസ്ത്ര അദ്ധ്യാപകൻ

1887 അബല ദാസിനെ വിവാഹം ചെയ്യുന്നു.

1888 നവംബർ. ഗവേഷണങ്ങൾ ആരംഭിക്കുന്നു.

1895 ആദ്യത്തെ ഗവേഷണ പ്രബന്ധം പ്രസിദ്ധീകരിക്കുന്നു.

1896 മേയ് 27. ഡോക്ടർ ഓഫ് സയൻസ് ബിരുദം

1900 പാരീസിൽ ശാസ്ത്ര സമ്മേളനത്തിൽ പ്രതിനിധി

1901 ജൂൺ 6 റോയൽ സൊസൈറ്റിയിൽ പ്രഭാഷണം

1902 *ജീവനുള്ളവയിലും ഇല്ലാത്തവയിലും കാണുന്ന പ്രതികരണം* എന്ന ഗ്രന്ഥം പ്രസിദ്ധീകരിച്ചു.

1912 കല്ക്കത്ത യൂണിവേഴ്സിറ്റി ഡോക്ടർ ഓഫ് സയൻസ് ബിരുദം സമ്മാനിക്കുന്നു.

1917 നവംബർ 2 കല്ക്കത്തയിൽ ബോസ് റിസർച്ച് ഇൻസ്റ്റിറ്റ്യൂട്ട് സ്ഥാപിക്കുന്നു.

1916 ബ്രിട്ടീഷ് ഗവൺമെന്റിന്റെ 'സർ' സ്ഥാനം

1928 അക്കാദമി ഓഫ് സയൻസിൽ അംഗത്വം

1929 ലീഗ് ഓഫ് നേഷൻസ് സമ്മേളനത്തിൽ പങ്കെടുക്കാൻ യൂറോപ്പ് സന്ദർശനം.

1937 സർവ്വസ്വവും ബോസ് ഇൻസ്റ്റിറ്റ്യൂട്ടിനു നല്കുന്നു.

1937 നവംബർ 23. നിര്യാതനായി.

ഡോ. പ്രഫുല്ലചന്ദ്ര റേ

ക്ലാസ് സമയത്ത് സ്കൂൾ വളപ്പിൽ ഒരു മരത്തിൽ കയറിയിരുന്ന് കുസൃതികാട്ടുക ആ കൊച്ചുബാലന്റെ പതിവായിരുന്നു. അദ്ധ്യാപകരുടെ അനുനയ വാക്കുകളും, എന്തിന് ഭീഷണിപോലും അവൻ കൂട്ടാക്കിയില്ല. 'ഫുനു' എന്ന ഓമനപ്പേരിലറിയുന്ന ആ കൊച്ചുകുട്ടി, ഒരു സമ്പന്ന കുടുംബത്തിലെ അംഗമായിരുന്നു. അവന്റെ അച്ഛനാണ് ആ സ്കൂൾ സ്ഥാപിച്ചത്. അതുകൊണ്ട് അദ്ധ്യാപകർക്കും ചില പരിമിതികളുണ്ടായിരുന്നു. അവസാനം ഗത്യന്തരമില്ലാതെ അദ്ധ്യാപകർ അവന്റെ അച്ഛനെക്കണ്ട് പരാതി പറഞ്ഞു.

ചിരിച്ചുകൊണ്ടാണ് ആ പിതാവ് മറുപടി പറഞ്ഞത്. "വിദ്യാലയത്തിൽ അവൻ പ്രവേശിച്ചതല്ലേയുള്ളൂ. ഇപ്പോൾ വളരെയൊന്നും പഠിക്കാനുമില്ല. ധാരാളം പുസ്തകങ്ങൾ പഠിക്കാനുണ്ടാവുമ്പോൾ അവന് ശ്വാസം വിടാൻപോലും നേരം കിട്ടില്ല. സംശയിക്കേണ്ട. ഫുനുവിന്റെ കുസൃതികൾ താനേ മാറിക്കൊള്ളും."

ആ അച്ഛന്റെ വാക്കുകൾ സത്യമായിരുന്നുവെന്ന് പില്ക്കാലത്ത് എല്ലാവർക്കും ബോദ്ധ്യമായി. ഗ്രന്ഥപാരായണത്തിൽ ഫുനു ഏറെ ശ്രദ്ധാലുവായി. പഠനത്തിൽ സമർത്ഥനായി. ഉന്നതബിരുദങ്ങൾ നേടി ശാസ്ത്രരംഗത്ത് ലോകപ്രശസ്തി നേടിയ

ആചാര്യ പ്രഫുല്ല ചന്ദ്രറേ എന്ന പി സി റോയായിരുന്നു ആ കൊച്ചുകുട്ടി.

ജനനവും വിദ്യാഭ്യാസവും

1861 ആഗസ്ത് 2-ാം തീയതി ബംഗാളിലുള്ള ജെസ്സോർ ജില്ല യിലെ രാരുളി എന്ന ഗ്രാമത്തിലാണ് പ്രഫുല്ല ചന്ദ്രൻ ജനിച്ചത്. സമുദായോദ്ധാരകനും ഒരു വിദ്യാഭ്യാസ പ്രവർത്തകനുമായി രുന്നു അദ്ദേഹത്തിന്റെ അച്ഛൻ ഹരിശ്ചന്ദ്രറേ. മാതാവ് ഭുവൻ മോഹിനി.

രാജ്യം വിദേശാധിപത്യത്തിൽ കഴിയുന്ന കാലമായിരുന്നു അത്. കുട്ടികൾക്കു പഠിക്കുവാനുള്ള വിദ്യാലയങ്ങളൊന്നും ആ ഗ്രാമത്തിൽ ഉണ്ടായിരുന്നില്ല. ഹരിശ്ചന്ദ്രറേയുടെ നിരന്തരപരി ശ്രമത്താൽ അവിടെ ഒരു മിഡിൽ സ്കൂൾ സ്ഥാപിക്കപ്പെട്ടു. ആ സ്കൂളിലാണ് പ്രഫുല്ലചന്ദ്രന്റെ പ്രാരംഭ വിദ്യാഭ്യാസം ആരംഭി ച്ചത്. ചെറുപ്പത്തിൽ നല്ലൊരു കുസൃതിക്കുടുക്കയായിരുന്നു അവൻ. എന്നാൽ കഥകൾ കേൾക്കാൻ അവന് ഏറെ താല്പര്യ മുണ്ടായിരുന്നു. മഹാന്മാരുടെ ജീവിത കഥകൾ പിതാവ് മകനു പറഞ്ഞു കൊടുക്കുക പതിവായിരുന്നു. അവൻ അതു ശ്രദ്ധ യോടെ കേട്ടുകൊണ്ടിരിക്കും.

നാലാം ക്ലാസിൽ പഠിക്കുമ്പോൾ പ്രഫുല്ല ചന്ദ്രന് അതിക ലശലായ അതിസാരരോഗം പിടിപെട്ടു. വളരെ നാൾ രോഗശയ്യ യിൽ കിടക്കേണ്ടി വന്ന അവന്റെ ആരോഗ്യം വളരെയേറെ മോശ മായി. അനാരോഗ്യം അവന്റെ വിദ്യാഭ്യാസത്തെ തടസ്സപ്പെടുത്തു കയും ചെയ്തു. ആരോഗ്യം മെച്ചപ്പെടുന്നതുവരെ രണ്ടുവർഷ ക്കാലം അവന് വീട്ടിൽതന്നെ വിശ്രമിക്കേണ്ടിവന്നു. ഈ കാല ത്താണ് പ്രഫുല്ല ചന്ദ്രൻ പുസ്തകങ്ങളുമായി പരിചയപ്പെട്ടത്. ക്രമേണ വായന അവന് ഒരു ലഹരി തന്നെയായി. ഒട്ടേറെ പഴയ ഗ്രന്ഥങ്ങൾ അവൻ വായിച്ചു തീർത്തു.

രോഗ വിമുക്തനായതിനെത്തുടർന്ന് വീണ്ടും പ്രഫുല്ല ചന്ദ്രൻ വിദ്യാഭ്യാസം പുനരാരംഭിച്ചു. സെന്റ് ആൽബർട്ട് സ്കൂളിൽ ചേർന്ന അവൻ 1879 ൽ മെട്രിക്കുലേഷൻ പരീക്ഷ

പാസായി. തുടർന്ന് കല്ക്കത്താ മെട്രോപൊലിറ്റൻ ഇൻസ്റ്റിറ്റ്യൂട്ടിലും പ്രസിഡൻസി കോളേജിലുമായി പഠിച്ച് ബി എ ബിരുദം നേടി. വിദ്യാഭ്യാസകാലം മുതല്ക്കേ ശാസ്ത്രവിഷയങ്ങളോട് അദ്ദേഹത്തിന് അത്യധികമായ താല്പര്യമുണ്ടായിരുന്നു. കല്ക്കത്ത പ്രസിഡൻസി കോളേജിൽ പഠിക്കുമ്പോൾ സർ ജോൺ ഇലിയട്ട്, സർ അലക്സാണ്ടർ എന്നീ അദ്ധ്യാപകർ ശാസ്ത്രപഠനത്തിൽ അദ്ദേഹത്തിനു വഴികാട്ടികളായി. അവരുടെ സാമീപ്യമാണ് ശാസ്ത്രലോകത്തു പ്രവർത്തിക്കുവാൻ അദ്ദേഹത്തിന് ഉത്തേജനമായത്.

ബി എ പരീക്ഷയ്ക്കു തയ്യാറാകുന്നതിനിടയിൽ ഒരു മത്സരപ്പരീക്ഷയിലും പ്രഫുല്ല ചന്ദ്രൻ പങ്കെടുത്തിരുന്നു. പ്രസ്തുത പരീക്ഷയിൽ വിജയിയായതോടെ സ്കോളർഷിപ്പോടുകൂടി ഉപരിപഠനത്തിനുള്ള സാഹചര്യവും അദ്ദേഹത്തിനു ലഭിച്ചു.

ഇംഗ്ലണ്ടിൽ

1882 ൽ ഉപരിപഠനാർത്ഥം ഇംഗ്ലണ്ടിലേക്കുപോയ പ്രഫുല്ല ചന്ദ്രൻ, അവിടെ എഡിൻബറോ സർവ്വകലാശാലയിൽ ചേർന്നു. രസതന്ത്രം, ഊർജ്ജതന്ത്രം, ജീവശാസ്ത്രം എന്നീ വിഷയങ്ങളിൽ പഠനം ആരംഭിക്കുകയും ചെയ്തു. ജഗദീശ് ചന്ദ്രബോസ് അക്കാലത്ത് ഇംഗ്ലണ്ടിൽ പഠിക്കുന്നുണ്ടായിരുന്നു. ഇരുവരും തമ്മിൽ ബന്ധപ്പെടുകയും പരസ്പരം ആശയവിനിയമം നടത്തുകയും ചെയ്തു.

രസതന്ത്രത്തിലായിരുന്നു പ്രഫുല്ല ചന്ദ്രന് കൂടുതൽ താല്പര്യവും ജിജ്ഞാസയും. രസതന്ത്രവിഭാഗത്തിൽ പ്രൊഫസറായ ക്രംബ്രൗണുമായി സൗഹൃദബന്ധം സ്ഥാപിക്കുവാൻ അദ്ദേഹത്തിനു കഴിഞ്ഞു. 1885 ൽ അദ്ദേഹം ബി എസ് സി ബിരുദം നേടുകയും ചെയ്തു. 1887 ൽ പ്രശസ്തമായ നിലയിൽ അദ്ദേഹം ഡോക്ടറേറ്റ് നേടുകയും ചെയ്തു.

1888 ൽ പ്രഫുല്ല ചന്ദ്രൻ ഇന്ത്യയിൽ മടങ്ങിയെത്തി. ഇന്ത്യയിൽ മടങ്ങിയെത്തിയ അദ്ദേഹം വിദേശ വസ്ത്രധാരണരീതി മാറ്റിക്കൊണ്ട് തികച്ചും ഭാരതീയമായ രീതി അവലംബിച്ചു.

അദ്ധ്യാപകൻ

കല്ക്കത്ത പ്രസിഡൻസി കോളേജിൽ ഒരു അദ്ധ്യാപകനായി പ്രഫുല്ല ചന്ദ്രൻ നിയമിക്കപ്പെട്ടു. രസതന്ത്രം പഠിപ്പിക്കുന്ന സമർത്ഥനായ അദ്ധ്യാപകൻ എന്ന പേര് ചുരുങ്ങിയ കാലയളവിനുള്ളിൽതന്നെ അദ്ദേഹം നേടിയെടുത്തു. ശാസ്ത്രതത്ത്വങ്ങൾ പഠിപ്പിക്കുന്നതോടൊപ്പം അവ പരീക്ഷണങ്ങളിലൂടെ ശിഷ്യന്മാർക്കു കാട്ടിക്കൊടുക്കുന്നതിലും അദ്ദേഹം ശ്രദ്ധാലുവായിരുന്നു. ഈ പഠനരീതി, മറ്റ് കലാലയങ്ങളിലെ വിദ്യാർത്ഥികളെയും ആകർഷിക്കുകയും അവർ പ്രസിഡൻസി കോളേജിൽ വന്നു ചേരുവാൻ തുടങ്ങുകയും ചെയ്തു.

വിശ്രമവേളകളിൽ സ്വന്തം പരീക്ഷണശാലയിൽ അദ്ദേഹം ഗവേഷണങ്ങൾ പുനരാരംഭിച്ചു. രസതന്ത്രം അദ്ദേഹത്തെ ഏറെ ആകർഷിച്ച വിഷയമാകയാൽ അദ്ദേഹത്തിന്റെ ഗവേഷണങ്ങളും ആ ശാഖയിൽ തന്നെയാണ് നടത്തിയിരുന്നത്. ഭാരതീയർക്ക് രസതന്ത്രത്തിൽ പണ്ടേ ഉണ്ടായിരുന്ന വിജ്ഞാനത്തെ തുറന്നു കാട്ടുവാൻ, പൗരാണിക സംസ്കൃത ഗ്രന്ഥങ്ങളിലെ ശാസ്ത്രതത്ത്വങ്ങൾ സാധാരണക്കാർക്കുപോലും മനസ്സിലാകാത്തക്കവിധം അദ്ദേഹം വിശദീകരിച്ചു. *ഹിസ്റ്ററി ഓഫ് ഹിന്ദു കെമിസ്ട്രി* (ഹൈന്ദവ രസതന്ത്രചരിത്രം) എന്ന ഗ്രന്ഥത്തിന്റെ രചനയിലൂടെ ഈ രംഗത്ത് അദ്ദേഹം ഏറെ ശ്രദ്ധേയനായി മാറി. ഈ പ്രൗഢകൃതി പരക്കെ സ്വാഗതം ചെയ്യപ്പെട്ടു. ശാസ്ത്രസംബന്ധമായ ഒട്ടേറെ ലേഖനങ്ങൾ തുടർന്ന് അദ്ദേഹം പ്രസിദ്ധപ്പെടുത്തി. ഒരു പുതിയ ശാസ്ത്രകാരന്റെ ഉദയത്തെ ശാസ്ത്രലോകം അതോടെ ഉറ്റുനോക്കാൻ തുടങ്ങി.

ശാസ്ത്രീയനേട്ടങ്ങൾ

1895 ൽ മെർക്കുറസ് നൈട്രേറ്റ് (Mecurous Nitrate) എന്ന സംയുക്ത പദാർത്ഥം കണ്ടുപിടിച്ചതോടെ പ്രഫുല്ല ചന്ദ്രനെ ശാസ്ത്രലോകം ആദരവോടെ വീക്ഷിക്കുവാൻ തുടങ്ങി. ഭാരതീയ ശാസ്ത്രജ്ഞന്മാരുടെ നിരയിൽ അദ്ദേഹത്തെയും ഉൾപ്പെടുത്തുവാൻ ഈ കണ്ടുപിടുത്തം സഹായകരമായി. അമോണിയം

നൈട്രേറ്റ്, പൊട്ടാസ്യം, കാത്സ്യം, ബേറിയം മഗ്നീഷ്യം എന്നീ പദാർത്ഥങ്ങൾ ഉപയോഗിച്ച് പല പല പരീക്ഷണങ്ങളും അദ്ദേഹം വിജയകരമായി നടത്തി. ആധുനികശാസ്ത്രത്തിൽ ഭാരതം താല്പര്യപൂർവ്വം പ്രവർത്തിക്കുന്നുണ്ടെന്ന് ലോകത്തിനു തന്നെ ഇതോടെ ബോദ്ധ്യമായി.

യഥാർത്ഥ ഭാരതീയന്റെ വേഷത്തിൽ ക്ലാസ് മുറിയിൽ വിദ്യാർത്ഥികളെ പഠിപ്പിക്കുന്ന ആ ഗുരുനാഥൻ, ഇംഗ്ലീഷു കാർക്ക് ഒരു അത്ഭുതമായിരുന്നു. അദ്ദേഹത്തിന്റെ ക്ലാസിൽ പഠി ക്കുന്ന കുട്ടികൾക്കാവട്ടെ, ഉത്തമനായ ഒരു ഗുരുനാഥന്റെ സാമീ പ്യവും സഹായവുമാണ് ലഭിച്ചിരുന്നത്. 1902 ൽ പ്രസിദ്ധീക രിച്ച *ഹിസ്റ്ററി ഓഫ് ഹിന്ദു കെമിസ്ട്രി* എന്ന ഗ്രന്ഥത്തിന് അന്താ രാഷ്ട്ര തലത്തിൽ തന്നെ അംഗീകാരം ലഭിക്കുകയുണ്ടായി.

പ്രഫുല്ലചന്ദ്രന് ശാസ്ത്രലോകത്ത് ലഭിച്ച ഉന്നതമായ അംഗീ കാരത്തെത്തുടർന്ന് 1904 ൽ ബംഗാൾ ഗവൺമെന്റ് അദ്ദേഹത്തെ വിദേശ സന്ദർശനത്തിന് നിയോഗിച്ചു. വിദേശ രാജ്യങ്ങളിലെ ഗവേഷണസ്ഥാപനങ്ങൾ സന്ദർശിക്കുവാനും തന്നെ കണ്ടുപി ടിത്തത്തെപ്പറ്റി കൂടുതൽ വിശദീകരണം നല്കാനും ഈ സന്ദ ർശനം അദ്ദേഹത്തെ സഹായിച്ചു. മൈക്കേൽ ഫാരഡേ, ഹംഫ്രി ഡേവി എന്നീ പ്രശസ്ത ശാസ്ത്രജ്ഞന്മാരുടെ ഗവേഷണശാല കൾ സന്ദർശിക്കുവാൻ അദ്ദേഹത്തിന് അവസരം ലഭിച്ചു. ലണ്ടൻ കെമിക്കൽ സൊസൈറ്റിയും ഫ്രാൻസിലെ സയൻസ് അക്കാദ മിയും അദ്ദേഹത്തെ അഭിനന്ദിച്ചു. മഹാന്മാരായ ഒട്ടേറെ ശാസ്ത്ര കാരന്മാരുമായി പരിചയപ്പെടാനും അവരുടെ ആതിഥ്യം സ്വീക രിക്കാനും പ്രഫുല്ലചന്ദ്രന് അവസരമുണ്ടായി. വാൻഹോഫ്, ഫിഷർ, ലെവിബർത്ത്, റാംസേ, ദേവർ എന്നീ പാശ്ചാത്യ ശാസ്ത്രകാരന്മാരുമായി അദ്ദേഹം പരിചയപ്പെട്ടു.

സ്വാതന്ത്ര്യസമരത്തിൽ

പ്രഫുല്ല ചന്ദ്രൻ കല്ക്കത്തയിൽ മടങ്ങിയെത്തിയപ്പോഴേക്കും ഇന്ത്യയിലെ രാഷ്ട്രീയരംഗം കൂടുതൽ കലുഷമായിരുന്നു. ബംഗാൾ വിഭജനം ഒരു കൊടുങ്കാറ്റുയർത്തിക്കൊണ്ട് ഭാരതീ

യരെ ഇളക്കിമറിച്ചു. ഗവേഷണങ്ങൾ താമസിച്ചാവാം, വ്യവസായങ്ങൾ താമസിച്ചാവാം. പക്ഷേ, 'സ്വരാജ്യ സമ്പാദനത്തിനുള്ള താമസം പാടില്ലതന്നെ.' എന്നു പ്രഖ്യാപിക്കുവാൻ പ്രഫുല്ലചന്ദ്രന് ഒട്ടും ആലോചിക്കേണ്ടിവന്നില്ല. ദേശീയ സ്വാതന്ത്ര്യ പ്രക്ഷോഭത്തിൽ അദ്ദേഹം പങ്കാളിയായി. വിദേശ വസ്ത്രബഹിഷ്കരണത്തിലും ഖാദിയുടെ പ്രചാരണത്തിലും അദ്ദേഹം സജീവമായി പങ്കെടുത്തിരുന്നു. സ്വദേശി വസ്ത്രാലയങ്ങൾ സ്ഥാപിക്കുവാൻ പല ഗ്രാമങ്ങളിലും കാൽനടയായി അദ്ദേഹം സഞ്ചരിച്ചു. ഹരിജനോദ്ധാരണ പ്രവർത്തനങ്ങളിലും അദ്ദേഹത്തിന്റെ സജീവസാന്നിദ്ധ്യമുണ്ടായി.

1917 ലെ അഖില ഭാരതഹരിജനോദ്ധാരണ കോൺഗ്രസിൽ അദ്ധ്യക്ഷപദമലങ്കരിച്ചത് പ്രഫുല്ല ചന്ദ്രനായിരുന്നു. 1922 ൽ ബംഗാളിലുണ്ടായ പ്രളയത്തെ തുടർന്ന് ഭവനരഹിതരായവരെ പുനരധിവസിപ്പിക്കാനുള്ള പരിശ്രമങ്ങളിൽ അദ്ദേഹം പൂർണ്ണമനസ്സോടെ പങ്കെടുത്തു. ഖാദിക്കും ചർക്കയ്ക്കും വേണ്ടി അദ്ദേഹം പ്രചാരണം നടത്തിയത് പലരെയും അത്ഭുതപ്പെടുത്തി.

രസതന്ത്രത്തിന്റെ അനന്തസാദ്ധ്യതകൾ സാധാരണ ജനങ്ങൾക്കും ഉപകാരപ്രദമാവണമെന്ന ചിന്താഗതിയോടെ അദ്ദേഹം 'ബംഗാൾ കെമിക്കൽസ് ആന്റ് ഫാർമസ്യൂട്ടിക്കൽസ്' എന്ന കമ്പനി ആരംഭിച്ചു. അസംസ്കൃത പദാർത്ഥങ്ങൾ സംഭരിക്കുന്നതിനും സംസ്കരിക്കുന്നതിനും വിപണിയിൽ എത്തിക്കുന്നതിനുംവേണ്ടി തൊഴിലില്ലാത്ത അസംഖ്യം ചെറുപ്പക്കാർക്ക് തൊഴിൽ സാദ്ധ്യത ഉറപ്പാക്കാനാണ് അദ്ദേഹം പ്രധാനമായും യത്നിച്ചത്. ശാസ്ത്രം ജനനന്മയ്ക്ക് എങ്ങനെ ഉപയോഗപ്രദമാക്കാമെന്ന് ഇതിലൂടെ അദ്ദേഹം ഭാരതീയർക്ക് കാട്ടിക്കൊടുത്തു.

1919 ൽ ബ്രിട്ടീഷ് ഗവൺമെന്റ് അദ്ദേഹത്തിന് 'സർ' സ്ഥാനം നല്കി ബഹുമാനിച്ചു. 1924 ൽ അദ്ദേഹത്തിന്റെ ശ്രമഫലമായി ഇന്ത്യൻ കെമിക്കൽ സൊസൈറ്റി സ്ഥാപിതമായി.

ഔദ്യോഗിക ജീവിതകാലത്ത് അനേകം ശിഷ്യന്മാരെ ശാസ്ത്രാദ്ധ്യായനത്തിലേക്ക് ആകർഷിക്കുവാൻ പ്രഫുല്ല ചന്ദ്രന് കഴിഞ്ഞു. കോളേജിൽ നിന്ന് വിരമിച്ച അദ്ദേഹം തുടർന്ന് അശുതോഷ് മുഖർജി സ്ഥാപിച്ച സയൻസ് കോളേജിന്റെ ഡയറക്ടർ

പദവി ഏറ്റെടുത്തു. വളരെക്കാലം അദ്ദേഹം ആ പദവിയിലിരുന്ന് സേവനം തുടർന്നു. ലളിതജീവിതം നയിച്ചിരുന്ന ആദർശവാദിയായ ശാസ്ത്രജ്ഞനായിരുന്നു പ്രഫുല്ല ചന്ദ്രൻ. ഗാന്ധിജിയുടെയും ഗോഖലെയുടെയും പരിചയസീമയിൽ പെടുവാനും അവരുമായി ഉറ്റബന്ധം പുലർത്തുവാനും അദ്ദേഹത്തിനു കഴിഞ്ഞു. ദേശീയവാദിയായ ശാസ്ത്രജ്ഞൻ പലർക്കും അത്ഭുതമായിരുന്നു.

ശാസ്ത്രത്തിനുവേണ്ടി ജീവിതം ഉഴിഞ്ഞുവച്ച അദ്ദേഹം അന്ത്യകാലം വരെയും അവിവാഹിതനായിട്ടാണ് ജീവിതം നയിച്ചത്. ശാസ്ത്രാദ്ധ്യായനം മാതൃഭാഷയിലൂടെയായിരിക്കണമെന്ന അഭിപ്രായം വളരെ മുമ്പുതന്നെ അദ്ദേഹം തുറന്നു പറഞ്ഞിരുന്നു. ഇന്ത്യയുടെ ശാസ്ത്രരംഗത്ത് ഈ പ്രഖ്യാപനം ഒട്ടേറെ ചലനങ്ങൾ സൃഷ്ടിക്കുകയും ചെയ്തിരുന്നു. *ജീവിതവും അനുഭവവും* എന്ന തന്റെ ജീവചരിത്രപരമായ ഗ്രന്ഥത്തിൽ ജീവിതത്തെ സത്യസന്ധമായി അദ്ദേഹം അനാവരണം ചെയ്തിട്ടുണ്ട്. അക്ഷരാർത്ഥത്തിൽതന്നെ 'ആചാര്യ'സ്ഥാനം ഇണങ്ങുന്ന വ്യക്തിയായിരുന്നു അദ്ദേഹം. പുതിയ തലമുറകൾക്ക് എന്നെന്നും വഴികാട്ടിയുമായിരുന്നു അദ്ദേഹം.

1944 ജൂൺ 16 ന് 83-ാം വയസ്സിൽ പ്രഫുല്ല ചന്ദ്രൻ നിത്യനിദ്രയിൽ ലയിച്ചു. ഒരു ശാസ്ത്രകാരനായിരുന്നിട്ടുപോലും ജന്മനാടിന്റെ സ്വാതന്ത്ര്യത്തിനുവേണ്ടി സധൈര്യം പോരാടിയ ഉത്തമദേശാഭിമാനി കൂടിയായിരുന്നു പ്രഫുല്ല ചന്ദ്രറേ. അവിവാഹിതനായി ഒരു തപസ്വിയെപ്പോലെ ജീവിച്ച മഹാനായിരുന്നു അദ്ദേഹം. ജെ സി ബോസ്, പി സി റേ, സി വി രാമൻ ത്രയമാണ് ശാസ്ത്രയുഗത്തിന് ഇന്ത്യയിൽ തുടക്കം കുറിച്ചത്.

ജീവിതരേഖ

1861 ആഗസ്ത് 2. ജനനം ബംഗാളിൽ
അച്ഛൻ: ഹരിശ്ചന്ദ്രറേ, അമ്മ: ഭുവൻ മോഹിനി.

1870 കല്ക്കത്തയിൽ താമസമാകുന്നു.

1879 മെട്രിക്കുലേഷൻ പാസാവുന്നു.

1879 കോളേജ് വിദ്യാഭ്യാസം.
1885 ബി എസ് സി ബിരുദം സമ്പാദിച്ചു.
1862 ഉപരിപഠനത്തിന് ഇംഗ്ലണ്ടിൽ
1887 ഡോക്ടറേറ്റ് സമ്പാദിക്കുന്നു.
1888 ഇന്ത്യയിൽ തിരിച്ചെത്തുന്നു.
1895 ഇന്ത്യയിൽ തിരിച്ചെത്തുന്നു.
1902 *ഹിസ്റ്ററി ഓഫ് ഹിന്ദു കെമിസ്ട്രി* പ്രസിദ്ധീകരിച്ചു.
1904 വിദേശ പര്യടനത്തിന് പുറപ്പെടുന്നു.
1917 ഇന്ത്യൻ സോഷ്യൽ കോൺഗ്രസ് അദ്ധ്യക്ഷൻ
1919 ബ്രിട്ടീഷ് ഗവൺമെന്റ് 'സർ' സ്ഥാനം നല്കുന്നു.
1924 ഇന്ത്യൻ കെമിക്കൽ സൊസൈറ്റി സ്ഥാപിക്കുന്നു.
1924 ബംഗാളിൽ ക്ഷാമനിവാരണപ്രവർത്തനങ്ങൾ
1944 ജൂൺ 16. നിര്യാതനാവുന്നു.

ഡോ. മേഘനാദ് സാഹ

വസന്ത പഞ്ചമിനാളിൽ നടക്കുന്ന സരസ്വതീപൂജ ബംഗാളിൽ ഒരു ദേശീയോത്സവമാണ്. വിദ്യയുടെ അധിദേവതയായ സരസ്വതീദേവിയെ പൂജിക്കാൻ ബംഗാളിലെങ്ങും ഉത്സവങ്ങൾ കൊണ്ടാടപ്പെടുന്ന ദിവസം. ഒരിക്കൽ ബാൻസായീ നദീതീരത്തുള്ള ഒരു വീട്ടിൽ സരസ്വതീപൂജ കൊണ്ടാടാനായി കുറെ കുട്ടികൾ എത്തിച്ചേർന്നു. ഗൃഹനാഥൻ കുട്ടികളെ സന്തോഷപൂർവ്വം സ്വീകരിച്ചിരുത്തി. അവർക്ക് കാപ്പിയും ബിസ്കറ്റും കൊടുത്തു. പിന്നെ ഒരു തുക അവർക്കു സംഭാവനയായും നല്കി.

പോകാനിറങ്ങിയ കുട്ടികളോട് ഗൃഹനാഥൻ ചോദിച്ചു. "നിങ്ങൾ എങ്ങനെയാണ് പൂജ നടത്തുന്നത്?"

ചോദ്യം കേട്ട് കുട്ടികൾ അത്ഭുതപ്പെട്ടു. ബംഗാളിൽ ആരും ഇങ്ങനെയൊരു ചോദ്യം ചോദിക്കുക പതിവില്ല. അവർ പറഞ്ഞു: "ഞങ്ങൾ ദേവിയുടെ ഒരു വിഗ്രഹം ഉണ്ടാക്കി പ്രതിഷ്ഠിക്കും. പൂജാരി വന്ന് പൂജ നടത്തും. പിന്നെ എഴുന്നള്ളിപ്പും തുടർന്ന് കലാപരിപാടികളും നടക്കും."

അതുകേട്ട് പുഞ്ചിരിച്ച അദ്ദേഹം പറഞ്ഞു. "വരൂ, ഞാനും സരസ്വതീ പൂജ ചെയ്യുന്നുണ്ട്. അതെങ്ങനെയെന്ന് നിങ്ങൾക്കു കാട്ടിത്തരാം."

കുട്ടികളെകൂട്ടി അദ്ദേഹം വീടിന്റെ മുകളിലെ വായനാമുറി

യിൽ എത്തി. വിസ്തൃതമായ ആ മുറിയിൽ ധാരാളം ഷെൽഫു കൾ. അവയിൽ ഭംഗിയായി അടുക്കി വച്ചിട്ടുള്ള മഹാഗ്രന്ഥങ്ങൾ. ഇംഗ്ലീഷിലും സംസ്കൃതത്തിലും ജർമ്മൻ ഭാഷയിലുമുള്ള മഹ ത്ഗ്രന്ഥങ്ങൾ. മേശപ്പുറത്ത് എഴുതാനുള്ള പേനകൾ. മറ്റുസാമ ഗ്രികൾ. ഇവ ചൂണ്ടിക്കാട്ടിക്കൊണ്ട് അദ്ദേഹം പറഞ്ഞു. "എന്റെ സരസ്വതീക്ഷേത്രം ഇതാണ്. ഇവിടെയാണ് ഞാൻ പൂജകൾ ചെയ്യുന്നത്."

അക്ഷരസ്വരൂപിണിയായ സരസ്വതീ ദേവിയെ പൂജിക്കാൻ ഗ്രന്ഥങ്ങളെ പൂജിച്ചാലും മതിയെന്ന തത്ത്വം അദ്ദേഹം കുട്ടി കൾക്കു പകർന്നു കൊടുക്കുകയായിരുന്നു. ഇതൊന്നും കുട്ടി കൾ നേരത്തെ പ്രതീക്ഷിച്ചിരുന്നില്ല. അദ്ദേഹം അവരോടു പറഞ്ഞു: "നിങ്ങൾ വിദ്യാർത്ഥികളാണ്. പഠിക്കുകയാണ് നിങ്ങ ളുടെ കടമ. സരസ്വതീ ദേവിയെ പൂജിക്കുന്നതിന് ഗ്രന്ഥങ്ങളെ പൂജിച്ചാലും മതി. നിങ്ങൾ പഠിച്ച്, വിദ്യകൊണ്ട് വലിയവരാക ണം. സരസ്വതീ പൂജയുടെ ലക്ഷ്യവും ഇതുതന്നെ."

കുട്ടികൾക്ക് ഇതൊരു പുതിയ അനുഭവമായിരുന്നു. ആ വിദ്യാർത്ഥികളോട് ഇങ്ങനെയെല്ലാം പറഞ്ഞു മനസ്സിലാക്കിയ ത് ബംഗാളിലെ ഒരു വലിയ ശാസ്ത്രകാരനായിരുന്നു. ആ വീടിന്റെ ഗൃഹനാഥനായിരുന്ന അദ്ദേഹമാണ് ലോകപ്രശസ്ത നായ ഡോ. മേഘനാദ് സാഹ.

ജനനവും വിദ്യാഭ്യാസവും

1893 ഒക്ടോബർ 6 ന് ബംഗാളിലെ ഡാക്ക ജില്ലയിൽ ബാൻസായീ നദീതീരത്തുള്ള ശിവതരളി എന്ന ഗ്രാമത്തിലാണ് (ഇപ്പോൾ ബംഗ്ലാദേശിൽ) മേഘനാദ് സാഹ ജനിച്ചത്. അച്ഛൻ ഒരു ചെറുകിട വ്യാപാരിയായിരുന്ന ജഗന്നാഥ സാഹ. അമ്മ ഭുവനേശ്വരീ ദേവി. മേഘനാദന്റെ ജനന ദിവസം ബംഗാളിൽ എല്ലാവരുടെയും ഓർമ്മയിലുണ്ട്. വലിയ പേമാരിയും ചുഴലി ക്കാറ്റും ഇടിമിന്നലുംകൊണ്ട് ജനങ്ങളെ ഭയപ്പെടുത്തിയ ദിവസ മായിരുന്നു അത്. ജനിച്ച കുട്ടിക്ക് മേഘനാദ് സാഹ എന്ന പേരി ട്ടതും ബോധപൂർവ്വമായിരിക്കാം.

ചെറുപ്പത്തിൽ തന്നെ ബുദ്ധിമാനായ കുട്ടിയായിരുന്നു മേഘനാദൻ. നദിയാൽ ചുറ്റപ്പെട്ട ഈ പ്രദേശത്തു ജനിക്കുന്ന കുട്ടികൾ നടക്കാൻ പഠിക്കുന്നതിനുമുമ്പ് നദിയിൽ നീന്താൻപഠിക്കുമെന്ന് ഒരു ചൊല്ലുതന്നെ ആ നാട്ടിൽ ഉണ്ടായിരുന്നു. തീരെ ചെറുപ്പത്തിൽത്തന്നെ മേഘനാദനും നീന്തൽ പഠിച്ചു. ഒപ്പം ചെറിയ തോണി തുഴയാനും. പഠിക്കാനും നല്ല സമർത്ഥനായിരുന്നു ആ ബാലൻ. ഗ്രാമത്തിലെ സ്കൂളിൽ പ്രാഥമിക വിദ്യാഭ്യാസത്തിനുശേഷം 12 കിലോമീറ്റർ അകലെയുള്ള ബിപുലിയ ഗ്രാമത്തിലെ ഇംഗ്ലീഷ് സ്കൂളിൽ ചേർന്ന് മിഡിൽ സ്കൂൾ വിദ്യാഭ്യാസം പൂർത്തിയാക്കി. സാമ്പത്തിക പ്രയാസമുണ്ടായിരുന്നതിനാൽ മേഘനാദനെ പഠിപ്പിക്കാൻ അച്ഛൻ വളരെ ക്ലേശിച്ചു. ചെറുപ്പം മുതൽ ഗണിതശാസ്ത്രത്തോട് നല്ല പ്രതിപത്തിയുണ്ടായിരുന്നു ആ കുട്ടിക്ക്.

1905 ൽ മേഘനാദൻ ഡാക്കാ കോളേജിയേറ്റ് സ്കൂളിൽ ചേർന്ന് ഹൈസ്കൂൾ വിദ്യാഭ്യാസം ആരംഭിച്ചു. സമർത്ഥനായ വിദ്യാർത്ഥിയായിരുന്നതിനാൽ സ്കോളർഷിപ്പും ലഭിച്ചു. ബ്രിട്ടീഷ് ഭരണകാലമായിരുന്നു അത്. ബംഗാൾ വിഭജനം ഇന്ത്യയൊട്ടാകെ ശക്തമായ പ്രതിഷേധങ്ങൾക്ക് കളമൊരുക്കി. സ്കൂൾ കുട്ടികളും സമരരംഗത്തു പ്രവേശിച്ചത് ബ്രിട്ടീഷുകാരെ പ്രകോപിപ്പിച്ചു. സമരത്തിനു നേതൃത്വം നല്കി എന്ന കാരണം പറഞ്ഞ് മേഘനാദനെ സ്കൂളിൽനിന്നു പുറത്താക്കി സ്കോളർഷിപ്പ് റദ്ദു ചെയ്തു.

വളരെ പ്രയാസപ്പെട്ടാണ് അച്ഛൻ വീടുപുലർത്തിയിരുന്നത്. ഒരു ചെറിയ കച്ചവടമേ അദ്ദേഹത്തിനുണ്ടായിരുന്നുള്ളൂ. ജ്യേഷ്ഠനാണ് മേഘനാദന് പഠിക്കാനുള്ള തുക നല്കിക്കൊണ്ടിരുന്നത്. അഞ്ചുമക്കളിൽ അഞ്ചാമനായിരുന്നു മേഘനാദൻ. ആകെ നിരാശനായ അവൻ എന്തു ചെയ്യണമെന്നറിയാതെ വിഷമിച്ചു.

അവസാനം ചിലരുടെ ശിപാർശയെത്തുടർന്ന് കിഷോർ ലാൽ ജൂബിലി സ്കൂളിൽ തുടർന്നു പഠിക്കാനുള്ള സൗകര്യം കിട്ടി. ഹൈസ്കൂൾ വിദ്യാഭ്യാസം പൂർത്തിയായപ്പോൾ കോളേജ് പ്രവേശന പരീക്ഷയെഴുതി. ആ പരീക്ഷയിൽ ഒന്നാം റാങ്കു നേടിയതോടെ കോളേജ് പ്രവേശനം ഉറപ്പാവുകയും ചെയ്തു.

1909 ൽ പതിനാറാം വയസ്സിൽ മേഘനാഥൻ ഡാക്കാ കോളേജിൽ ഇന്റർമീഡിയറ്റിനു ചേർന്നു. സയൻസും ഗണിതവും പഠിക്കുന്നതിനോടൊപ്പം ജർമ്മൻഭാഷയും അഭ്യസിക്കുവാൻ അവൻ സമയം കണ്ടെത്തി. പുതിയ ശാസ്ത്രവിവരങ്ങളും ഗവേഷണ ഫലവും മറ്റും അന്ന് ജർമ്മൻ ഭാഷയിലാണ് ആദ്യം പ്രസിദ്ധീകരിക്കപ്പെട്ടിരുന്നത്. അതുകൊണ്ടാണ് ആ ഭാഷ പഠിക്കുന്നതിന് മേഘനാദൻ ഏറെ താല്പര്യം കാണിച്ചത്. 1911 ൽ അദ്ദേഹം കല്ക്കത്താ പ്രസിഡൻസി കോളേജിൽ ചേർന്നു. അവിടെ രസതന്ത്രം പഠിപ്പിച്ചിരുന്നത് പ്രശസ്തനായ ഡോ. പി സി റേയായിരുന്നു. ഭൗതികശാസ്ത്രം പഠിപ്പിച്ചിരുന്നത് ഡോ. ജെ സി ബോസും. സത്യേന്ദ്രനാഥ ബോസ്, പി സി മഹലനോബിസ് എന്നിവർ സഹപാഠികളായിരുന്നു. ജൂനിയർ ക്ലാസിൽ സുഭാഷ് ചന്ദ്രബോസും പഠിക്കുന്നുണ്ടായിരുന്നു. അങ്ങനെ കലാലയ വിദ്യാഭ്യാസകാലം മേഘനാദന് ഏറെ ഗുണകരമായി. 1913 ൽ അദ്ദേഹം ബി എസ് സി പരീക്ഷയും 1915 ൽ എം എസ് സി പരീക്ഷയും പാസായി. എം എസ് സിക്ക് ഒന്നാം ക്ലാസും രണ്ടാം റാങ്കും ലഭിച്ചിരുന്നു.

ബംഗാളിലുണ്ടായ വെള്ളപ്പൊക്കം ധാരാളം ജനങ്ങളെ ഭവനരഹിതരാക്കിത്തീർത്തു. ദുരിതാശ്വാസ പ്രവർത്തനങ്ങളിൽ മറ്റുള്ളവരോടൊപ്പം മേഘനാദനും പങ്കെടുത്തു. ജനങ്ങളുടെ പ്രശ്നങ്ങളിൽ ഇടപെടുന്നതിനും ക്ഷേമ പ്രവർത്തനങ്ങളിൽ പങ്കെടുക്കുന്നതിനും അദ്ദേഹത്തിനു മടിയുണ്ടായിരുന്നില്ല.

കല്ക്കത്താ യൂണിവേഴ്സിറ്റിയിൽ ഒരു ഗണിത ശാസ്ത്ര അദ്ധ്യാപകനായി മേഘനാദൻ നിയമിക്കപ്പെട്ടു. ഗണിത ശാസ്ത്ര വിഭാഗത്തിൽ പ്രൊഫ. ഗണേശപ്രസാദായിരുന്നു പ്രൊഫസറും വകുപ്പദ്ധ്യക്ഷനും. അദ്ദേഹവുമായി പൊരുത്തപ്പെട്ടു പോകാൻ അസാദ്ധ്യമായതോടെ, അദ്ദേഹം ഭൗതികശാസ്ത്രവിഭാഗത്തിലേക്ക് മാറ്റപ്പെട്ടു. കോളേജിലെ ലൈബ്രറി അദ്ദേഹം നന്നായി പ്രയോജനപ്പെടുത്തി. ഗവേഷണത്തിനുള്ള താല്പര്യമുണ്ടായിരുന്നെങ്കിലും കോളേജിലെ പരീക്ഷണശാല അതിനു മതിയാകുമായിരുന്നില്ല. ആ പരിമിതികൾക്കിടയിലും തന്റേതായ പരിശ്രമങ്ങളുമായി അദ്ദേഹം മുന്നോട്ടുപോയി.

1917 ൽ മേഘനാദ് സാഹയുടെ ആദ്യ ഗവേഷണപ്രബന്ധം ഫിലോസഫിക്കൽ മാഗസിനിൽ പ്രസിദ്ധീകരിക്കപ്പെട്ടു. ഇത് അദ്ദേഹത്തെ സംബന്ധിച്ചിടത്തോളം ഏറെ പ്രോത്സാഹജനകമായി. തുടർന്ന് വിദ്യുത്കാന്തിക സിദ്ധാന്തത്തിലും വികിരണ സമ്മർദ്ദത്തിലുമുള്ള രണ്ട് മികച്ച പഠനങ്ങൾക്ക് 1918 ൽ കല്ക്കത്താ സർവ്വകലാശാല അദ്ദേഹത്തിന് ഡോക്ടറേറ്റ് നല്കി. സർ. അശുതോഷ്മുഖർജിയായിരുന്നു സർവ്വകലാശാല വൈസ് ചാൻസലർ.

1918 ജൂൺ 16 ന് സാഹ വിവാഹിതനായി. രാധികാറാണി എന്നായിരുന്നു സഹധർമ്മിണിയുടെ പേര്. ഐൻസ്റ്റീൻ, ആപേക്ഷികതാ സിദ്ധാന്തത്തെപ്പറ്റി ജർമ്മൻ ഭാഷയിൽ പ്രസിദ്ധപ്പെടുത്തിയ കാലമായിരുന്നു അത്. 1919 ൽ ഈ വാർത്ത പുറത്തു വന്നതോടെ അതിനെ വിശദീകരിക്കാൻ കഴിവുള്ള ഒരാളെ അന്വേഷിച്ച് പത്രമാധ്യമങ്ങൾ പലരേയും സമീപിച്ചു. അവസാനം ഡോ. സാഹയുമായി അവർ ബന്ധപ്പെടുകയും, അദ്ദേഹം ആപേക്ഷിക സിദ്ധാന്തത്തെ ലളിതമായി വിശകലനം ചെയ്തു കൊടുക്കുകയുമുണ്ടായി. *സ്റ്റേറ്റ്സ്മാൻ* പത്രത്തിൽ മേഘനാദ് സാഹയുടെ ലേഖനം പ്രാധാന്യത്തോടെ പ്രസിദ്ധീകരിക്കപ്പെട്ടു. വെളിച്ചത്തിന്റെ മർദ്ദം ആദ്യമായി അളന്നു നോക്കാൻ പര്യാപ്തമായ ഒരു ചെറിയ ഉപകരണം നിർമ്മിച്ച് വിജയിച്ചത് ഡോ. സാഹയാണെന്ന വസ്തുത പലർക്കും അറിവുണ്ടായിരുന്നില്ല. ഇതിന്റെ വെളിച്ചത്തിലാണ് സർവ്വകലാശാല അദ്ദേഹത്തിന് ഡോക്ടറേറ്റ് നല്കിയത്.

1919 സെപ്തംബറിൽ ഡോ. സാഹയ്ക്ക് ഒരു വിദേശപര്യടനത്തിനുള്ള അവസരം കൈവന്നു. ഗുരുവായ ഡോ. പി സി റേയോടൊപ്പം അദ്ദേഹം ലണ്ടനിലേക്കു പോയി. അവിടെവച്ച് പ്രശസ്ത ശാസ്ത്രകാരന്മാരായ പ്രൊഫ. എ ഫൗളറെയും ജെ ജെ തോംസണെയും അദ്ദേഹംപരിചയപ്പെട്ടു. തുടർന്ന് ജർമ്മനിയിൽ 'നേൺസ്റ്റ്' എന്ന ഗവേഷണാലയത്തിൽ അദ്ദേഹത്തിന് ഗവേഷണത്തിനുള്ള സൗകര്യം ലഭിച്ചു. ഇംഗ്ലണ്ടിലും ജർമ്മനിയിലും നടത്തിയ ചില പഠനപര്യടനങ്ങൾ ശാസ്ത്രരംഗത്തെ

നൂതന പ്രവണതകൾ മനസ്സിലാക്കുന്നതിന് അദ്ദേഹത്തിനു സഹായകരമായി.

1921 ൽ അശുതോഷ് മുഖർജിയുടെ നിർദ്ദേശാനുസരണം ഡോ. സാഹ കല്ക്കത്തയിലേക്ക് മടങ്ങിയെത്തി. അതിനിടയിൽ ഗ്രഹാന്തരീക്ഷ പഠനവും വാതകവികരണ പഠനവും അദ്ദേഹം ആരംഭിച്ചിരുന്നു. താപഗതിക മേഖലയിലെ താപ അയനീകരണത്തെക്കുറിച്ചും, അദ്ദേഹം ഗവേഷണങ്ങൾ നടത്തി. താപീയ അയൊണീകരണ സിദ്ധാന്തം 1920 ലാണ് അദ്ദേഹം പ്രസിദ്ധീകരിച്ചത്. 'ഹാർവാർഡ് ക്ലാസിഫിക്കേഷൻ ഓഫ് സ്റ്റെല്ലാർ സ്പെക്ട്രം' എന്ന അദ്ദേഹത്തിന്റെ പ്രബന്ധത്തിന് പ്രേംചന്ദ് റായ് സ്കോളർഷിപ്പ് ലഭിച്ചു.

കല്ക്കത്തയിൽ മടങ്ങിയെത്തിയ അദ്ദേഹം പുതുതായി അനുവദിക്കപ്പെട്ട പ്രൊഫസർ തസ്തികയിൽ ചേർന്നു. എന്നാൽ സ്വതന്ത്രമായി പ്രവർത്തിക്കാനുള്ള സാഹചര്യമോ സഹായമോ ബ്രിട്ടീഷ് സർക്കാർ അദ്ദേഹത്തിന് നല്കുവാൻ തയ്യാറായില്ല. തുടർന്ന് 1923 ൽ ഡോ. സാഹ അലഹബാദ് യൂണിവേഴ്സിറ്റിയിൽ ഭൗതിക ശാസ്ത്ര പ്രൊഫസറും വകുപ്പദ്ധ്യക്ഷനുമായി നിയമിക്കപ്പെട്ടു. അവിടുത്തെ നല്ല അന്തരീക്ഷവും നല്ല പരീക്ഷണശാലയും, സമർത്ഥരായ വിദ്യാർത്ഥികളും അദ്ദേഹത്തെ അവിടെ തുടരുവാൻ സഹായിച്ചു. പിന്നീട് 16 വർഷക്കാലം അലഹബാദ് സർവ്വകലാശാലയിൽ അദ്ദേഹം സേവനമനുഷ്ഠിച്ചു. സർവ്വകലാശാലയിൽ ഗവേഷണ സൗകര്യങ്ങൾ വർദ്ധിപ്പിക്കുന്നതിനും പഠന നിലവാരം മെച്ചപ്പെടുത്തുന്നതിനും അദ്ദേഹത്തിന് കഴിഞ്ഞു.

1927 ൽ റോയൽ സൊസൈറ്റിയുടെ ഫെലോ ആയി ഡോ. മേഘനാദ് സാഹ തെരഞ്ഞെടുക്കപ്പെട്ടു. അദ്ദേഹത്തെ സംബന്ധിച്ചിടത്തോളം ഇതൊരു വലിയ അംഗീകാരം തന്നെയായിരുന്നു. 1934 ൽ അദ്ദേഹത്തിന്റെ ശ്രമഫലമായി ഒരു ദേശീയ സയൻസ് അക്കാദമി രൂപീകരിക്കപ്പെട്ടു. തുടർന്ന് 1936 ൽ കർണ്ണകി ട്രസ്റ്റ് ഫെലോഷിപ്പോടുകൂടി അദ്ദേഹം യൂറോപ്പിലും അമേരിക്കയിലും പര്യടനം നടത്തി. അപ്പോഴേക്കും രണ്ടാം ലോകമഹാ

യുദ്ധം ആരംഭിക്കാനുള്ള സാഹചര്യങ്ങൾ തെളിഞ്ഞുവന്നു. അണുബോംബിന്റെ നശീകരണത്തെപ്പറ്റി വിശദമായി പഠിക്കാനുള്ള അവസരം ഈ യാത്രയിലൂടെ അദ്ദേഹത്തിനു ലഭ്യമായി.

1938 ൽ കല്ക്കത്ത സർവ്വകലാശാലയിൽ പുതുതായി ആരംഭിച്ച പ്രൊഫസർ തസ്തികയിൽ ചേരുവാൻ ഡോ. സാഹയെ സർവ്വകലാശാല വീണ്ടും ക്ഷണിച്ചു. അവിടെ ചാർജ്ജെടുത്ത അദ്ദേഹം അസോസിയേഷൻ ഫോർ ദി കൾട്ടിവേഷൻ ഓഫ് സയൻസ് എന്ന സ്ഥാപനം പുനരുജ്ജീവിപ്പിക്കുകയും അതിന്റെ പ്രവർത്തനങ്ങൾക്ക് മാർഗ്ഗനിർദ്ദേശങ്ങൾ നല്കുകയും ചെയ്തു. 1953 ൽ പ്രൊഫസർ സ്ഥാനത്തുനിന്ന് വിരമിച്ച അദ്ദേഹം ഈ സ്ഥാപനത്തിന്റെ ചുമതല ഏറ്റെടുക്കുകയും ചെയ്തു.

രാഷ്ട്രത്തിന്റെ വികസനത്തിൽ വ്യാവസായിക മേഖലയ്ക്കുള്ള പങ്കിനെപ്പറ്റി ഡോ. സാഹ തികച്ചും ബോധവാനായിരുന്നു. ജവഹർലാൽ നെഹ്റു പ്രധാനമന്ത്രിയായി. രാഷ്ട്രം മുന്നോട്ടു പോകുന്ന സന്ദർഭത്തിൽ, രാഷ്ട്രപുരോഗതിക്ക് ഗുണകരമായ ചില നിർദ്ദേശങ്ങൾ അദ്ദേഹം മുന്നോട്ടുവച്ചു. ഡോ. സാഹയുടെ ലക്ഷ്യബോധത്തോടെയുള്ള പ്രയോഗങ്ങൾ നിർദ്ദേശങ്ങളിൽ പലതും പ്രധാനമന്ത്രി നെഹ്റു സ്വീകരിച്ചു.

1952 ൽ ഒരു സ്വതന്ത്രസ്ഥാനാർത്ഥിയായി മത്സരിച്ച് ഡോ. മേഘനാദ് സാഹ പാർലമെന്റിലേക്ക് തിരഞ്ഞെടുക്കപ്പെട്ടു. ഒരു സോഷ്യലിസ്റ്റ് ചിന്താഗതിക്കാരനായിരുന്ന അദ്ദേഹം ഘനവ്യവസായങ്ങളുടെ വളർച്ചയ്ക്ക് സൃഷ്ടിപരമായ പല നിർദ്ദേശങ്ങളും പാർലമെന്റിൽ ചൂണ്ടിക്കാട്ടി.

1956 ഫെബ്രുവരിയിലെ ബജറ്റ് സമ്മേളനത്തിൽ പങ്കെടുക്കാൻ ഡോ. സാഹ ഡൽഹിയിൽ എത്തി. ചില പ്രധാന രേഖകൾ അടങ്ങിയ ഫയലുമായി പാർലമെന്റ് മന്ദിരത്തിന്റെ പടവുകൾ ചവിട്ടിക്കയറുന്നതിനിടയിൽ അദ്ദേഹത്തിന് പെട്ടെന്ന് ബോധക്ഷയമുണ്ടായി. ഉടൻ തന്നെ അദ്ദേഹത്തെ വെല്ലിങ്ടൺ ആശുപത്രിയിൽ പ്രവേശിപ്പിച്ചെങ്കിലും ഫെബ്രുവരി 16 ന് ബംഗാളിൽ സരസ്വതീപൂജ നടക്കുന്ന ആ ദിവസം തന്നെ ആ സരസ്വതീഭക്തൻ കാലയവനികയ്ക്കുള്ളിൽ മറയുകയുണ്ടായി. യാദൃച്ഛികമാണെങ്കിൽക്കൂടി ഈ വേർപാട് ഈ ദിനത്തിൽ തന്നെ

സംഭവിച്ചത് പലരും വികാര വായ്പോടെയാണ് ചൂണ്ടിക്കാട്ടിയത്.

ഭൗതികശാസ്ത്രത്തിൽ ഒട്ടേറെ പുതിയ കണ്ടുപിടുത്തങ്ങൾ നടത്തിയ ഡോ. മേഘനാദ് സാഹ ലോകപ്രശസ്തനായ ഒരു ശാസ്ത്രകാരനായിരുന്നു. എൺപതിൽപ്പരം ശാസ്ത്രപ്രബന്ധങ്ങൾ അദ്ദേഹത്തിന്റേതായിട്ടുണ്ട്. നക്ഷത്ര സ്പെക്ട്രങ്ങളെക്കുറിച്ചുള്ള സാഹാ സമവാക്യം (Saha Equation Relating to stellar spectra) അദ്ദേഹത്തിന്റെ പ്രശസ്തമായ ഒരു കണ്ടുപിടുത്തമാണ്.

ഒട്ടേറെ ശാസ്ത്രഗ്രന്ഥങ്ങളുടെ കർത്താവാണ് ഡോ. മേഘനാദ് സാഹ. *ശാസ്ത്രയുഗത്തിന്റെ ഉല്പത്തി* എന്ന ഗ്രന്ഥം ഏറെ പ്രശസ്തമാണ്. *എ ട്രീറ്റീസ് ഓൺ ദി തിയറി ഓഫ് റിലേറ്റിവിറ്റി, ഓൺ എ ഫിസിക്കൽ തിയറി ഓഫ് ദി സോളാർ കൊർണ, മൈ എക്സ്പീരിയൻസ് ഇൻ റഷ്യ* എന്നീ കൃതികളും ഏറെ പരിഗണനാർഹമത്രെ.

ജീവിതരേഖ

1893 ഒക്ടോബർ 6. ജനനം ബംഗാളിലെ ഡാക്ക ജില്ലയിലുള്ള ശിവതരാളി ഗ്രാമത്തിൽ.
പിതാവ്: ജഗന്നാഥസാഹ
മാതാവ്: ഭുവനേശ്വരീദേവി

1905 ഹൈസ്കൂൾ വിദ്യാഭ്യാസം

1909 ഡാക്കാ കോളേജിൽ

1913 ബി എസ് സി ബിരുദം നേടി

1915 എം എസ് സി ബിരുദം

1916 കല്ക്കത്താ സർവ്വകലാശാല കോളേജ് ഓഫ് സയൻസിൽ അദ്ധ്യാപകൻ

1917 ഫിലോസഫിക്കൽ മാഗസിനിൽ ആദ്യത്തെ ഗവേഷണ പ്രബന്ധം പ്രസിദ്ധീകരിച്ചു.

1918 ജൂൺ 16 വിവാഹം. രാധികാ റാണി ഭാര്യ.

1918 കല്ക്കത്ത സർവ്വകലാശാല ഡോക്ടർ ഓഫ് സയൻസ് ബിരുദം നല്കി.

1919 വിദേശ പര്യടനം
1920 ഗവേഷണപഠനം, ലണ്ടനിലും ജർമ്മനിയിലും
1921 കല്ക്കത്ത സർവ്വകലാശാലാ പ്രൊഫസർ
1923 അലഹബാദ് സർവ്വകലാശാലാ പ്രൊഫസർ
1924 റോയൽ സൊസൈറ്റി അംഗത്വം
1936 യൂറോപ്യൻ പര്യടനം
1938 കല്ക്കത്ത യൂണിവേഴ്സിറ്റി പ്രൊഫസർ
1952 ഇന്ത്യൻ പാർലമെന്റ് അംഗം
1953 ശാസ്ത്രപോഷിണി സമിതി ഡയറക്ടർ
1956 ഫെബ്രുവരി 16. നിര്യാതനാവുന്നു.

പി സി മഹലനോബിസ്

സ്ഥലം കല്ക്കത്ത പ്രസിഡൻസി കോളേജ്. വർഷാവസാന പരീക്ഷയ്ക്കു തയ്യാറെടുക്കുന്ന കുട്ടികൾക്കുവേണ്ടി ഒരു യോഗ്യതാ പരീക്ഷ അവിടെ നടത്തുക പതിവായിരുന്നു. യോഗ്യതാ പരീക്ഷയിൽ എല്ലാ വിഷയങ്ങളിലും ജയിക്കുന്ന കുട്ടികളെ മാത്രമേ വർഷാവസാന പരീക്ഷയ്ക്ക് ഇരുത്തുക പതിവുള്ളൂ. എന്നാൽ ആ വിദ്യാർത്ഥി ഇംഗ്ലീഷ് പരീക്ഷ മാത്രമേ എഴുതിയിരുന്നുള്ളൂ. സാധാരണഗതിയിൽ വർഷാവസാന പരീക്ഷയ്ക്ക് ആ വിദ്യാർത്ഥിയെ ഇരുത്താൻ കഴിയില്ല. അവസാനം പ്രിൻസിപ്പൽ ആ വിദ്യാർത്ഥിയുടെ ഇംഗ്ലീഷ് പരീക്ഷാ പേപ്പർ വാങ്ങി പരിശോധിച്ചു. അതിൽ എഴുതിയിരുന്ന രണ്ട് ഉപന്യാസങ്ങൾ അദ്ദേഹത്തെ ഏറെ ആകർഷിച്ചു. ഇത്ര നന്നായി ഉത്തരമെഴുതുന്ന ആ വിദ്യാർത്ഥിയെ എങ്ങനെയാണ് പരീക്ഷയ്ക്ക് ഇരുത്താതിരിക്കുക? ആ ഉപന്യാസങ്ങളുടെ മാഹാത്മ്യം പരിഗണിച്ച് വർഷാവസാന പരീക്ഷയ്ക്കിരിക്കാൻ ആ വിദ്യാർത്ഥിയെ അദ്ദേഹം അനുവദിച്ചു. വർഷാവസാന പരീക്ഷയിൽ ഉന്നതമായ നിലയിൽ തന്നെ ആ വിദ്യാർത്ഥി വിജയം വരിക്കുകയും ചെയ്തു. പില്ക്കാലത്ത് സാംഖ്യിക ശാസ്ത്രത്തിൽ ലോക പ്രശസ്തനായി മാറിയ പി സി മഹലനോബിസ് എന്ന പ്രശാന്ത ചന്ദ്ര മഹലനോബിസ് ആയിരുന്നു ആ വിദ്യാർത്ഥി.

1893 ജൂൺ 20 ന് ബംഗാളിൽ ഡാക്കയ്ക്കടുത്തുള്ള ഒരു ഗ്രാമത്തിലാണ് പ്രശാന്ത ചന്ദ്ര ജനിച്ചത്. മുഗൾ ഭരണകാലത്തു തന്നെ വ്യാപകമായ റവന്യൂ അധികാരങ്ങൾ നല്കപ്പെട്ട ഒരു സമ്പന്ന ബ്രാഹ്മണകുടുംബമായിരുന്നു അദ്ദേഹത്തിന്റേത്. ഈ അധികാരങ്ങൾ ലഭിക്കുന്ന കുടുംബത്തെ മഹലനോബിസ് എന്നാണ് വിളിച്ചിരുന്നത്. അങ്ങനെയാണ് കുടുംബാംഗങ്ങളുടെ പേരിനൊപ്പം 'മഹലനോബിസ്' എന്നുകൂടി ചേർക്കാനിടയായത്. ഒരു വ്യവസായ പ്രമുഖനായിരുന്ന പ്രബോധ ചന്ദ്ര മഹലനോബിസായിരുന്നു അച്ഛൻ. മാതാവ് നിരോദ് ബാസിനി.

ചെറുപ്പത്തിൽ തന്നെ ധിഷണാശാലിയായ ഒരു ബാലനായിരുന്നു പ്രശാന്ത ചന്ദ്രൻ. ദുരാചാരങ്ങളോട് ഒരിക്കലും യോജിക്കാത്ത പ്രകൃതമായിരുന്നു അദ്ദേഹത്തിന്റേത്. ചെറുപ്പം മുതല്ക്കേ ഗ്രന്ഥപാരായണത്തിലായിരുന്നു ആ ബാലന് ഔത്സുക്യം. കല്ക്കത്തയിലെ ബ്രഹ്മൊ ബോയിസ് സ്കൂളിൽ പ്രാഥമിക വിദ്യാഭ്യാസം നിർവ്വഹിച്ചു. 1908 ൽ പ്രശാന്ത ചന്ദ്രൻ മെട്രിക്കുലേഷൻ പരീക്ഷ പാസായി. പിന്നീട് ശാസ്ത്രം ഐച്ഛിക വിഷയമായി എടുത്ത് കല്ക്കത്താ പ്രസിഡൻസി കോളേജിൽ ഇന്റർമീഡിയറ്റിനു ചേർന്നു. ഇന്റർമീഡിയറ്റിന് പഠിക്കുമ്പോഴാണ് ശാന്തിനികേതനിൽ പ്രശാന്ത ചന്ദ്രൻ ആദ്യമായി പോയത്. അവിടുത്തെ ശാന്തമായ അന്തരീക്ഷവും ടാഗോറിന്റെ സ്നേഹപൂർണ്ണമായ പെരുമാറ്റവും അദ്ദേഹത്തിന് ഒരു പുതിയ അനുഭവമായിരുന്നു. മഹാകവി ടാഗോറുമായി അന്ന് ആരംഭിച്ച ആ സ്നേഹബന്ധം നാൾക്കുനാൾ സുദൃഢമായിക്കൊണ്ടിരുന്നു.

ഇംഗ്ലണ്ടിൽ

ഉപരിപഠനത്തിനായി പ്രശാന്ത ചന്ദ്രൻ 1913 ൽ ഇംഗ്ലണ്ടിലേക്കു പോയി. അവിടെ കേംബ്രിഡ്ജിലെ കിങ്സ് കോളേജിൽ ചേർന്ന അദ്ദേഹം 1915 ൽ ട്രൈപോസ് ബിരുദം ഉന്നതമായ നിലയിൽ സമ്പാദിച്ചു. പ്രശസ്ത ഗണിതശാസ്ത്രജ്ഞനായിരുന്ന ശ്രീനിവാസ രാമാനുജനുമായി അദ്ദേഹം പരിചയപ്പെടുന്നതും കേംബ്രിഡ്ജിൽ വച്ചായിരുന്നു. മഹലനോബിസിന്റെ ഉന്നതവിജയത്തെ *കല്ക്കത്ത ന്യൂസ്* എന്ന ദിനപത്രം വലിയ പ്രാധാന്യത്തോടെയാണ് പ്രസിദ്ധീകരിച്ചത്.

1915 ജൂലൈയിൽ ഇംഗ്ലണ്ടിൽനിന്നു മടങ്ങിയെത്തിയ അദ്ദേഹത്തെ കല്ക്കത്താ പ്രസിഡൻസി കോളേജിൽ ഒരു ഫിസിക്സ് അദ്ധ്യാപകനായി നിയമിക്കുകയുണ്ടായി. മഹലനോബിസ് വെറുമൊരു പുസ്തകപ്പുഴുവായിരുന്നില്ല. വിദ്യാഭ്യാസ കാലത്തുതന്നെ നല്ലൊരു സംഘാടകൻ എന്ന നിലയിലും, കലാസാഹിത്യാസ്വാദകൻ എന്ന നിലയിലും അദ്ദേഹം പ്രസിദ്ധനായിരുന്നു. ടാഗോറിന്റെ നാടകങ്ങളിലെ പല കഥാപാത്രങ്ങളെയും അദ്ദേഹം സ്റ്റേജിൽ അവതരിപ്പിച്ചിട്ടുണ്ട്. ബ്രഹ്മസമാജത്തിന്റെ പ്രവർത്തനങ്ങളിൽ ആകൃഷ്ടനായ അദ്ദേഹം യുവജനപ്രസ്ഥാനത്തിൽ താല്പര്യപൂർവ്വം പ്രവർത്തിച്ചിരുന്നു. ടാഗോറുമായുള്ള പരിചയം വിശ്വഭാരതിയുടെ പ്രവർത്തനങ്ങളിൽ ഭാഗഭാക്കാകാൻ അദ്ദേഹത്തെ സഹായിച്ചു. 1921 ഡിസംബർ 22 ന് വിശ്വഭാരതി, ഔപചാരികമായി ഉദ്ഘാടനം ചെയ്യപ്പെട്ടതോടെ ടാഗോർ സ്ഥാപക പ്രസിഡന്റും ടാഗോറിന്റെ പുത്രനായ രതീന്ദ്രനാഥ ടാഗോറും മഹലനോബിസും സെക്രട്ടറിമാരുമായി.

1923 ഫെബ്രുവരി 23 ന് മഹലനോബിസ് വിവാഹിതനായി. കല്ക്കത്താ സിറ്റി കോളേജ് പ്രിൻസിപ്പൽ ഹേരാംബചന്ദ്ര മൈത്രിയുടെ പുത്രി നിർമ്മൽകുമാരിയായിരുന്നു വധു. വധൂവരന്മാരെ ആശംസിച്ചുകൊണ്ട് മഹാകവി ടാഗോർ ഇപ്രകാരമെഴുതി. “നിങ്ങൾ ഒരുമിച്ച ഈ വസന്തത്തിൽ കവി നിങ്ങൾക്കായി വസന്തഗീതികൾ പാടട്ടെ. ഉദാത്ത സ്നേഹം ആനന്ദത്താൽ ആവൃതമായി മധുരസാന്ദ്രഗാനഹാരമണിയട്ടെ” എന്ന്. ടാഗോറുമായുള്ള ഉറ്റബന്ധംമൂലം, വിശ്വഭാരതി സർവ്വകലാശാല പടുത്തുയർത്തുന്നതിൽ ഗണ്യമായ സംഭാവനകൾ നല്കാൻ മഹലനോബിസിനെ സഹായിച്ചു. 1926 ലും 1928 ലും മഹാകവിയോടൊപ്പം പാശ്ചാത്യനാടുകൾ സന്ദർശിക്കാൻ അദ്ദേഹത്തിനും ഇടവന്നു.

കേംബ്രിഡ്ജിലെ കിങ്സ് കോളേജിൽ പഠിക്കുന്ന കാലത്ത്, ഒഴിവുസമയങ്ങളിൽ മഹലനോബിസ് ഗ്രന്ഥശാലകളിലാണ് കൂടുതൽ സമയം ചെലവഴിച്ചിരുന്നത്. അവിടെ അദ്ദേഹത്തിന്റെ അദ്ധ്യാപകനായിരുന്ന ഡബ്ല്യു എച്ച് മെക്കോളെ സാംഖ്യികശാസ്ത്രത്തിലേക്ക് അദ്ദേഹത്തിന്റെ ശ്രദ്ധ ആകർഷിച്ചു. *ബയോമെട്രിക്ക് ജേർണൽ* എന്ന പ്രസിദ്ധീകരണത്തിന്റെ കുറെ പുതിയ

വാല്യങ്ങൾ ആ അദ്ധ്യാപകൻ മഹലനോബിസിനു നല്കി. വായിച്ചുനോക്കിയിട്ട് അതേപ്പറ്റി അഭിപ്രായമറിയിക്കണമെന്നും നിർദ്ദേശിച്ചു. ഗുരുനാഥന്റെ നിർദ്ദേശത്തെ ശിരസ്സാവഹിച്ച അദ്ദേഹം, ആ ജേർണലുകൾ സശ്രദ്ധം വായിച്ചു. ഇന്ത്യയിലേക്കു മടങ്ങിയ അവസരത്തിൽ അതിന്റെ ഒരു സെറ്റ് അദ്ദേഹം കൊണ്ടുവരികയും ചെയ്തു. കാൾ പിയേഴ്സൺ ആയിരുന്നു അതിന്റെ എഡിറ്റർ. അദ്ദേഹം തന്നെ എഡിറ്റു ചെയ്ത *ബയോമെട്രിക് ടേബിളും* അദ്ദേഹം ശ്രദ്ധയോടെ പരിശോധിച്ചു. ആ വിഷയത്തിൽ താല്പര്യമുദിച്ച അദ്ദേഹം ഇന്ത്യയിൽ തിരിച്ചെത്തിയ ശേഷം അദ്ധ്യാപകനോടൊപ്പം സാംഖ്യികശാസ്ത്രപഠനവും ആരംഭിച്ചു.

സാംഖ്യിക ശാസ്ത്രം ഇന്ത്യയിൽ ഒട്ടും പരിചിതമായിരുന്നില്ല. വെറും സ്ഥിതിവിവരക്കണക്കുകൾ എന്ന നിലയിൽ മാത്രമേ ഈ രംഗത്തെ പലരും വീക്ഷിച്ചിരുന്നുള്ളൂ. വികസിത രാഷ്ട്രങ്ങൾ 20-ാം നൂറ്റാണ്ടിന്റെ ആദ്യ ദശകത്തിലാണ് ഈ ശാസ്ത്രശാഖയെ അംഗീകരിക്കുക തന്നെ ചെയ്തത്. സർവ്വകലാശാലകളിൽ പാഠ്യവിഷയമായി പോലും ഇതു പ്രത്യക്ഷപ്പെട്ടിരുന്നില്ല.

പ്രസിഡൻസി കോളേജിൽ പഠിപ്പിക്കുന്നകാലത്ത് ഫിസിക്സ് ഡിപ്പാർട്ടുമെന്റിന്റെ ഒരു ഭാഗം സാംഖ്യിക ശാസ്ത്രപഠനത്തിനായി മഹലനോബിസ് ഉപയോഗപ്പെടുത്തി. ഈ പരീക്ഷണശാലയാണ് പിന്നീട് പ്രശസ്തമായ ഇന്ത്യൻ സ്റ്റാറ്റിസ്റ്റിക്കൽ ഇൻസ്റ്റിറ്റ്യൂട്ടായി വളർന്നത്.

1930 നുശേഷം സാംഖ്യിക ശാസ്ത്രരംഗത്ത് വലിയ മാറ്റങ്ങളുണ്ടായി. ഇന്ത്യ ഈ രംഗത്ത് ശ്രദ്ധിക്കപ്പെട്ടതുതന്നെ മഹലനോബിസിന്റെ കണ്ടുപിടുത്തങ്ങളെ തുടർന്നാണ്. പില്ക്കാലത്ത് മൈസൂർ സർവ്വകലാശാല വൈസ് ചാൻസലറായിരുന്ന സർ. ബ്രജേന്ദ്ര നാഥ്സീൽ ആണ് സാംഖ്യിക ശാസ്ത്രപഠനം പൂർണ്ണമനസ്സോടെ തുടർന്നു നടത്താൻ മഹലനോബിസിന് പ്രേരണ നല്കിയത്. ആ പ്രചോദനം അദ്ദേഹത്തിന് ഗുണകരമായി ഭവിക്കുകയും ചെയ്തു

കോളേജിലെ പ്രവൃത്തി സമയം കഴിഞ്ഞെത്തുന്ന അദ്ദേഹം വീട്ടിലും സാംഖ്യിക പഠനത്തിനുള്ള സൗകര്യങ്ങൾ സജ്ജീകരിച്ചിരുന്നു. 1920 ൽ നാഗ്പൂരിൽ നടന്ന ഇന്ത്യൻ സയൻസ്

കോൺഗ്രസിന്റെ സമ്മേളനത്തിൽവച്ച് ഡോ. എൻ അണ്ണാബേലുവായി മഹലനോബിസ് പരിചയപ്പെട്ടു. സുവോളജിക്കൽ ആന്റ് ആന്ത്രോപ്പോളജിക്കൽ സർവ്വേ ഓഫ് ഇന്ത്യയുടെ ഡയറക്ടറായിരുന്നു ഡോ. അണ്ണാ ഡേൽ. കല്ക്കത്തയിലെ മുന്നൂറിൽപ്പരം ആംഗ്ലോ ഇന്ത്യരുടെ നരവംശശാസ്ത്രപരമായ പരിണാമത്തെ അടിസ്ഥാനമാക്കി കുറേയേറെ വിവരങ്ങൾ ഡോ. ഡേൽ ശേഖരിച്ചിരുന്നു. അതിൽനിന്ന് അപൂർണ്ണവിവരങ്ങൾ മാറ്റിയശേഷം ഇരുനൂറുപേരുടെ ശാരീരിക അളവുകൾ അദ്ദേഹം മഹലനോബിസിന് നല്കി. ഈ വ്യക്തികളുടെ ഉയരം ശിരസ്സിന്റെ നീളം, വീതി, നാസികയുടെ നീളം തുടങ്ങിയവ കൃത്യമായി അതിൽ രേഖപ്പെടുത്തിയിരുന്നു. ഈ വിവരങ്ങൾ ലഭിച്ചത് അദ്ദേഹത്തെ ഏറെ സന്തുഷ്ടനാക്കി. ഈ അളവുകൾ സാംഖ്യിക ശാസ്ത്ര മാർഗ്ഗങ്ങളിലൂടെ അപഗ്രഥനം നടത്തുകയാണ് അദ്ദേഹം ചെയ്തത്. “ആംഗ്ലോ ഇന്ത്യരുടെ ഉയരത്തെക്കുറിച്ചുള്ള ഒരു സാംഖ്യികാപഗ്രഥനം” എന്ന പ്രബന്ധം 1922 ൽ മഹലനോബിസ് പ്രസിദ്ധപ്പെടുത്തി. അദ്ദേഹത്തിന്റെ ശാസ്ത്രീയവീക്ഷണവും ഈ രംഗത്തുള്ള പ്രാഗത്ഭ്യവും പ്രകടമാക്കപ്പെട്ട ഒരു പ്രബന്ധമായിരുന്നു അത്.

നരവംശശാസ്ത്രത്തിലെ പല വസ്തുതകളെയും അപഗ്രഥിച്ചുകൊണ്ട് തുടർന്നും അദ്ദേഹം പല പ്രബന്ധങ്ങളും പ്രസിദ്ധപ്പെടുത്തി. അക്കൂട്ടത്തിലെ ശ്രദ്ധേയമായ ഒരു പ്രബന്ധമായിരുന്നു ബംഗാളിലെ നരവംശമിശ്രണത്തിന്റെ അപഗ്രഥനം. പിന്നീട് പ്രശസ്തമായിത്തീർന്ന മഹലനോബിസിന്റെ “ഡിസ്കയർ സ്റ്റാറ്റിസ്റ്റിക്സി”നെപ്പറ്റി ഈ പ്രബന്ധത്തിലാണ് അദ്ദേഹം ആദ്യമായി പ്രതിപാദിച്ചത്.

സാംഖ്യിക ശാസ്ത്രത്തിന് അദ്ദേഹം നല്കിയ പ്രധാനപ്പെട്ട സംഭാവനയാണ് ഡിസ്കയർ സ്റ്റാറ്റിസ്റ്റിക്സ്. ഈ നിരീക്ഷണത്തെ പിന്നീട് ‘മഹലനോബിസ് ഡിസ്റ്റൻസ്’ എന്ന പേരിൽ അറിയപ്പെട്ടു. നരവംശശാസ്ത്രം, ജീവസാംഖ്യികം, ജനസംഖ്യാശാസ്ത്രം, ധനശാസ്ത്രം, ഭൂവിജ്ഞാനം, മനഃശാസ്ത്രം തുടങ്ങിയ എല്ലാ ശാസ്ത്രശാഖകളിലും ഗണങ്ങൾ തമ്മിലുള്ള അകലം കണ്ടുപിടിക്കാനായി മഹലനോബിസ് ഡിസ്റ്റൻസ് ഉപയോഗിച്ചുവരുന്നു. വർഗ്ഗീകരണ നിയമത്തിലും ഇത് ഉപയോഗപ്രദമാണ്.

ഇന്ത്യൻ സിവിൽ സർവ്വീസിലെ ഒരംഗമായിരുന്ന സർ ഹെർബർട്ട് എച്ച് റിസ്ലെ ബംഗാളിലെ വിവിധ വർഗ്ഗങ്ങളിലെയും ജാതികളിലെയും പെട്ടവരുടെയും മലവർഗ്ഗക്കാരുടെയും നരവംശശാസ്ത്രപരമായ ഒട്ടേറെ അളവുകൾ ശേഖരിച്ചിരുന്നു. അദ്ദേഹം പ്രസിദ്ധീകരിച്ച *ദി ട്രൈബ്സ് ആന്റ് കാസ്റ്റ്സ് ഓഫ് ബംഗാൾ* എന്ന ഗ്രന്ഥത്തിൽ തന്റേതായ ചില നിരീക്ഷണങ്ങൾ അവതരിപ്പിക്കാനും ശ്രമിക്കുകയുണ്ടായി. ഈ ഗ്രന്ഥം പക്ഷേ, ഒട്ടേറെ വിവാദങ്ങൾക്കു വഴിയൊരുക്കി. പിന്നീട് ഈ ഗ്രന്ഥത്തെ വിമർശിച്ചുകൊണ്ട് കാൾപിയേഴ്സൺ പുറത്തിറക്കിയ നിരൂപണവും റിസ്ലേയുടെ ഗ്രന്ഥവും പരിശോധിച്ച് മഹലനോബിസ് ശ്രദ്ധേയമായ രണ്ട് ലേഖനങ്ങൾ പ്രസിദ്ധപ്പെടുത്തി. റിസ്ലെയുടെ ഗ്രന്ഥത്തിലെ ചില പ്രമാദങ്ങൾ ഒഴിവാക്കിയാൽ ആ ഗ്രന്ഥം ഉപയോഗപ്രദമാണെന്ന് അദ്ദേഹം കണ്ടെത്തുകയും ചെയ്തു.

കാലാവസ്ഥാ സംബന്ധമായ പഠനങ്ങളാണ് മഹലനോബിസിന്റെ വിലപ്പെട്ട മറ്റൊരു കണ്ടെത്തൽ. ഭൂമിയുടെ ഉപരിതലത്തിൽ കാലാവസ്ഥാ സംബന്ധമായ മാറ്റങ്ങൾക്ക് ഏറ്റവുമധികം നിയന്ത്രണ വിധേയമായ ഭാഗം സമുദ്രനിരപ്പിൽ നിന്ന് നാലുകിലോമീറ്റർ ഉയരത്തിലാണ് സ്ഥിതി ചെയ്യുന്നതെന്ന് സാംഖ്യിക ശാസ്ത്രപരമായ പഠനങ്ങളിലൂടെ അദ്ദേഹം തെളിയിച്ചു.

1922 ൽ മഹലനോബിസിനെ ആലിപ്പൂർ നിരീക്ഷണശാലയുടെ അന്തരീക്ഷസ്ഥിതി പരിശോധകനായി നിയമിച്ചു. അദ്ധ്യാപകനോടൊപ്പം ഈ പുതിയ ചുമതലയും മൂന്നുവർഷക്കാലത്തോളം അദ്ദേഹം നിർവ്വഹിക്കുകയുണ്ടായി. കല്ക്കത്തയിൽ വർഷപാതം ഏറെയുണ്ടാകുന്നത് കറുത്തപക്ഷത്തിലാണെന്ന് അദ്ദേഹം കണ്ടെത്തി.

എഞ്ചിനീയർമാരുടെ നിഗമനങ്ങളെ തകിടം മറിച്ചുകൊണ്ട് 1922 ൽ വടക്കൻ ബംഗാളിലുണ്ടായ രൂക്ഷമായ വെള്ളപ്പൊക്കത്തിന് പരിഹാരം നിർദ്ദേശിക്കുകവഴി മഹലനോബിസ് സംക്രിയാ വിജ്ഞാനരംഗത്ത് ശ്രദ്ധേയമായ സംഭാവനകൾ കാഴ്ച വച്ചു. ബഹിർഗ്ഗമനമാർഗ്ഗങ്ങളുടെ വികാസംകൊണ്ട് വെള്ളപ്പൊക്കം ഒഴിവാക്കാമെന്നുള്ള അദ്ദേഹത്തിന്റെ നിർദ്ദേശം

ഗവൺമെന്റ് അംഗീകരിച്ചു നടപ്പാക്കിയതോടെ ബംഗാളിലെ വെള്ളപ്പൊക്കഭീഷണി ശമിക്കുകയും ചെയ്തു.

തുടർന്ന് 1926 ൽ ഒറീസയിലെ ബ്രാഹ്മണീനദിയിലെ വെള്ളപ്പൊക്കത്തിന് നിവാരണമാർഗ്ഗം കണ്ടെത്താനും അദ്ദേഹം നിയോഗിക്കപ്പെട്ടു. അണക്കെട്ടു നിർമ്മിക്കുന്നതിലൂടെ വെള്ളപ്പൊക്കം ഒഴിവാക്കാമെന്നും, അത് വൈദ്യുതോല്പാദനത്തിനും സഹായകരമാകുമെന്ന് അദ്ദേഹം കണ്ടെത്തി. ഈ നിർദ്ദേശമാണ് പിന്നീട് ഹിരാക്കുഡ് ജലവൈദ്യുതപദ്ധതിക്ക് കാരണമായിത്തീർന്നത്. ദാമോദർ വാലി വിവിധോദ്ദേശ്യ ജലവൈദ്യുത പദ്ധതിയുടെ പ്രോജക്ട് റിപ്പോർട്ടും മഹലനോബിസിന്റെ ഈ രംഗത്തെ ശ്രദ്ധേയമായ നേട്ടങ്ങളിൽപ്പെടും.

ഇന്ത്യൻ സ്റ്റാറ്റിസ്റ്റിക്കൽ ഇൻസ്റ്റിറ്റ്യൂട്ടിന്റെ സ്ഥാപനമാണ് മഹലനോബിസിന്റെ നാമം ലോകപ്രശസ്തമാക്കിയത്. അദ്ദേഹം കോളേജിൽ തന്റെ വകുപ്പിനോടു ചേർന്ന് സജ്ജീകരിച്ച സ്റ്റാറ്റിസ്റ്റിക്കൽ ലബോറട്ടറിയാണ് ക്രമാനുഗതമായി വളർന്ന് ഇന്ത്യൻ സ്റ്റാറ്റിസ്റ്റിക്കൽ ഇൻസ്റ്റിറ്റ്യൂട്ടായി തീർന്നത്. 1931 ഡിസംബർ 17 ന് ഈ ഇൻസ്റ്റിറ്റ്യൂട്ട് ഉദ്ഘാടനം ചെയ്യപ്പെട്ടു. സർ ആർ എൻ മുഖർജി പ്രസിഡന്റും പി സി മഹലനോബിസ് ഓണററി സെക്രട്ടറിയുമായി ആരംഭിച്ച ഇൻസ്റ്റിറ്റ്യൂട്ടിൽ മറ്റു നാലു ശാസ്ത്രജ്ഞന്മാരും പ്രവർത്തിച്ചിരുന്നു. ഇൻസ്റ്റിറ്റ്യൂട്ടിന്റെ സ്ഥാപനം, ഈ രംഗത്ത് ഭാരതത്തിന് പല നേട്ടങ്ങൾക്കും കാരണമായി. കാർഷികോല്പന്നങ്ങളെക്കുറിച്ചുള്ള സർവ്വേ, ബംഗാളിലെ ചണം ഉല്പാദനത്തെക്കുറിച്ചുള്ള പഠനം എന്നിവയാണ് ഇൻസ്റ്റിറ്റ്യൂട്ട് ആദ്യം ഏറ്റെടുത്തത്. സാമ്പിൾ സർവ്വേകൾ അജ്ഞാതമായിരുന്ന ഒരു കാലഘട്ടമായിരുന്നു അത്. സാംഖ്യികശാസ്ത്രരംഗത്തെ സൈദ്ധാന്തികനായിരുന്ന ഡോ. ആർ എ ഫിഷർ 1938 ജനുവരിയിൽ കൽക്കത്തയിൽനടന്ന ആദ്യത്തെ ഭാരതീയ സാംഖ്യിക ശാസ്ത്രസമ്മേളനത്തിന്റെ അദ്ധ്യക്ഷനായി എത്തിയതോടെ ഈ രംഗത്ത് ഒരു നവോന്മേഷം കൈവന്നു. സാമ്പിൾ സർവ്വേകൾ നടത്തുന്നതിലെ ഔചിത്യം അദ്ദേഹം എടുത്തു പറഞ്ഞു. ഈ സർവ്വേകൾ നടത്താൻ ഇന്ത്യൻ സ്റ്റാറ്റിസ്റ്റിക്കൽ ഇൻസ്റ്റിറ്റ്യൂട്ട് ഉചിതമായ ഒരു സ്ഥാപനമാണെന്ന് അദ്ദേഹം നിർദ്ദേശിക്കുകയും

ചെയ്തു. ഈ നിർദ്ദേശമാണ് പിന്നീട് 1950 ൽ നാഷണൽ സാമ്പിൾ സർവ്വേ എന്ന സ്ഥാപനം രൂപീകരിക്കാൻ ഇടയാക്കിയത്.

സാമ്പിൾ സർവ്വേ വിപുലമായ തോതിൽ ആസൂത്രണം ചെയ്തു നടപ്പാക്കുന്നതിന് 1944 ൽ ഓക്സ്ഫോർഡ് സർവ്വകലാശാല വെൽസൺ മെമ്മോറിയൽ മെഡൽ പി സി മഹലനോബിസിന് സമ്മാനിക്കപ്പെട്ടു. 1945 ൽ റോയൽ സൊസൈറ്റി അംഗത്വവും അദ്ദേഹത്തിനു ലഭിക്കുകയുണ്ടായി.

സംഖ്യാ എന്ന പേരിൽ ഇന്ത്യയുടെ പ്രഥമ സ്റ്റാറ്റിസ്റ്റിക്കൽ ജേർണൽ പ്രസിദ്ധീകരിക്കുന്നതിനും മഹലനോബിസാണ് മുൻകൈ എടുത്തത്. ലോകപ്രശസ്തമായ ഒരു സാംഖ്യിക ജേർണലാണ് ഇപ്പോൾ ഈ പ്രസിദ്ധീകരണം. ഇന്ത്യയിലും വിദേശത്തുമുള്ള ഒട്ടേറെ വ്യക്തികൾക്ക് സ്റ്റാറ്റിസ്റ്റിക്കൽ ഇൻസ്റ്റിറ്റ്യൂട്ടിൽവച്ച് പരിശീലന പരിപാടികൾ നടത്തിയതോടെ ഈ സ്ഥാപനം അഖില ലോകപ്രശസ്തമായിത്തീർന്നു.

1946 ൽ യു എൻ ഒ യുടെ സ്റ്റാറ്റിസ്റ്റിക്കൽ കമ്മീഷനിൽ ഒരംഗമായി മഹലനോബിസ് നിയമിതനായി. കമ്മീഷന്റെ യോഗത്തിൽ പങ്കെടുക്കാൻ അമേരിക്കയിലേക്കു പോയപ്പോഴാണ് സാംഖ്യിക ഗുണനിയന്ത്രണത്തിന്റെ പിതാവ് എന്നറിയപ്പെടുന്ന ഡോ. വാൾട്ടർ എഷ്വേർട്ടുമായി പരിചയപ്പെടാൻ അദ്ദേഹത്തിന് അവസരമുണ്ടായത്.

ഇന്ത്യയുടെ ദേശീയ വികസനരംഗത്ത് മഹലനോബിസിന്റെ സേവനങ്ങൾ വിലപ്പെട്ടതായിരുന്നു. പ്രധാനമന്ത്രിയായിരുന്ന ജവഹർലാൽ നെഹ്റുവുമായി അദ്ദേഹം അടുത്തു പരിചയമായതോടെ അവർ തമ്മിലുള്ള ബന്ധം നാൾക്കുനാൾ സുദൃഢമായി. 1946 ൽ നെഹ്റു മഹലനോബിസിനോടൊപ്പം ഒരാഴ്ച താമസിച്ച് സ്റ്റാറ്റിസ്റ്റിക്കൽ ഇൻസ്റ്റിറ്റ്യൂട്ടിന്റെ പ്രവർത്തനവും സാംഖ്യികശാസ്ത്രരംഗത്തെ നൂതന പ്രവണതകളും മനസ്സിലാക്കി. പില്ക്കാലത്ത് ഇന്ത്യാ ഗവൺമെന്റിന്റെ സാംഖ്യികോപദേഷ്ടാവായി മഹലനോബിസ് നിയമിക്കപ്പെട്ടത് പ്രധാനമന്ത്രിയുടെ പ്രത്യേക താല്പര്യപ്രകാരമായിരുന്നു. 1949 ൽ ദേശീയ വരുമാന സമിതിയുടെ ചെയർമാൻ പദവിയും അദ്ദേഹത്തിനു ലഭിക്കുകയുണ്ടായി.

രണ്ടാം പഞ്ചവത്സര പദ്ധതിയുടെ മുഖ്യശില്പികളിൽ ഒരാളായിരുന്നു മഹലനോബിസ്. അദ്ദേഹം 1955 മാർച്ചിൽ തയ്യാറാക്കിക്കൊടുത്ത ദേശീയ വികസനാസൂത്രണത്തിന്റെ രൂപരേഖയാണ് രണ്ടാം പദ്ധതിയുടെ അടിസ്ഥാന ശിലയായി മാറിയത്. പൊതുമേഖലാ വ്യവസായങ്ങളുടെ ദ്രുതവികാസമാണ് ഈ പദ്ധതിയിൽ ലക്ഷ്യമിട്ടത്. ആസൂത്രണരംഗത്ത് മുൻ പരിചയമില്ലാതിരുന്ന ഭാരതത്തിന് ഈ പാതയിൽ പുതിയ ചിന്താപദ്ധതിയുടെ ഉറവിടം നല്കിയതാണ് മഹലനോബിസിന്റെ ഏറ്റവും മഹത്തായ സേവനം. 1955 മുതൽ 1967 വരെ പ്ലാനിങ് കമ്മീഷൻ അംഗമായി അദ്ദേഹം പ്രവർത്തിച്ചു. 1958 ൽ യു എസ് എസ് ആറിലെ അക്കാദമി ഓഫ് സയൻസിൽ ഓണററി മെമ്പറായി അദ്ദേഹം നാമനിർദ്ദേശം ചെയ്യപ്പെട്ടു. ഈ സ്ഥാനം ലഭിക്കുന്ന ആദ്യത്തെ വിദേശിയായിരുന്നു മഹലനോബിസ്.

1960 ഏപ്രിലിൽ ഇന്ത്യൻ സ്റ്റാറ്റിസ്റ്റിക്കൽ ഇൻസ്റ്റിറ്റ്യൂട്ട് ഇന്ത്യാ ഗവൺമെന്റിന്റെ അംഗീകൃത സ്ഥാപനമായി മാറി. ലോകത്തിലെ പല രാഷ്ട്രങ്ങളും മഹലനോബിസിനെ ആദരിച്ചു. 1968 ൽ ഇന്ത്യാ ഗവൺമെന്റ് അദ്ദേഹത്തിന് പത്മഭൂഷൺ ബഹുമതി നല്കി.

1971 ജൂണിൽ ഐക്യരാഷ്ട്രസംഘടനയുടെ ഒരു ചടങ്ങിൽ പങ്കെടുക്കാൻ പത്നീസമേതനായി അദ്ദേഹം ന്യൂയോർക്കിലേക്കുപോയി. തിരിച്ചെത്തിയപ്പോഴേക്കും അദ്ദേഹം രോഗബാധിതനായിരുന്നു. 1972 ജൂൺ 28 ന് കല്ക്കത്തയിലെ ഒരു നഴ്സിങ് ഹോമിൽ വച്ച് 79-ാം വയസ്സിൽ അദ്ദേഹം നിര്യാതനായി. സാംഖ്യിക ശാസ്ത്രരംഗത്ത് ഇന്ത്യയെ മുന്നോട്ടു നയിച്ചതിന്റെ ഖ്യാതി മുഴുവനും മഹനായ ഈ ഭാരതപുത്രനുള്ളതാണെന്ന വസ്തുത വിസ്മരിക്കത്തക്കതല്ല.

ജീവിതരേഖ

1893 ജൂൺ 29 കൽക്കത്തയിൽ ജനനം.
അച്ഛൻ: പ്രബോധചന്ദ്ര മഹലനോബിസ്
അമ്മ: നിരോദ് സാഹിനി

1908 മെട്രിക്കുലേഷൻ ജയിക്കുന്നു.

1910 ഇന്റർമീഡിയറ്റ് പരീക്ഷ ജയിച്ചു.
1912 ഫിസിക്സിൽ ബി എ ഓനേഴ്സ്
1913 ലണ്ടനിലെ കിങ്സ് കോളേജിൽ ഉപരിപഠനം
1915 കേംബ്രിഡ്ജ് കിങ്സ് കോളേജിൽനിന്ന് എം എ ബിരുദം സമ്പാദിച്ചു.
1915 കല്ക്കത്ത പ്രസിഡൻസി കോളേജിൽ അദ്ധ്യാപകൻ
1922 കല്ക്കത്ത സർവ്വകലാശാലയിൽ പ്രൊഫസർ.
1923 വിവാഹിതനാകുന്നു.
1926 ഇറ്റലിയിൽ സന്ദർശനം നടത്തുന്നു.
1928 കൊളംബിൽ സന്ദർശനം
1931 ഇന്ത്യൻ സ്റ്റാറ്റിസ്റ്റിക്കൽ ഇൻസ്റ്റിറ്റ്യൂട്ട് സ്ഥാപിക്കുന്നു.
1940 ജവാഹർലാൽ നെഹ്റുവുമായി കണ്ടുമുട്ടുന്നു.
1944 ഓക്സ്ഫോർഡ് സർവ്വകലാശാലയുടെ വെൽഡൻ മെഡൽ ലഭിക്കുന്നു.
1945 ലണ്ടനിലെ റോയൽ സൊസൈറ്റിയിൽ നിന്ന് ഫെലോഷിപ്പ്
1950 ഇന്ത്യൻ സയൻസ് കോൺഗ്രസ് അദ്ധ്യക്ഷൻ
1953 ആസൂത്രണകമ്മീഷൻ അംഗം
1954 ഐക്യരാഷ്ട്രസഭ സാംഖ്യിക അന്വേഷണ സമിതി അദ്ധ്യക്ഷൻ
1958 യു എസ് എസ് ആർ അക്കാദമി ഓഫ് സയൻസിന്റെ ഓണററി അംഗത്വം
1961 അമേരിക്കൻ സ്റ്റാറ്റിസ്റ്റിക്കൽ അസോസിയേഷൻ അംഗത്വം.
1963 ശാസ്ത്രത്തിന്റെയും കലയുടെയും വേൾഡ് അക്കാദമി അംഗത്വം
1968 പത്മഭൂഷൺ ബഹുമതി
1971 യു എൻ യോഗത്തിൽ പങ്കെടുക്കാൻ ന്യൂയോർക്കിൽ
1972 ജൂൺ 28(ജന്മദിനത്തിന്റെ തലേന്നാൾ) നിര്യാതനാവുന്നു.

ശാന്തിസ്വരൂപ് ഭട്നഗർ

ചെറുപ്പത്തിൽ തന്നെ ആ ബാലനിൽ സമർത്ഥനായ ഒരു ശാസ്ത്രജ്ഞൻ ഒളിഞ്ഞിരിപ്പുണ്ടെന്ന് പലർക്കും ബോദ്ധ്യമായി. മുളയിലെ അറിയാം മുളങ്കരുത്ത് എന്നാണല്ലോ ചൊല്ല്. എട്ടുവയസ്സുകാരനായ ആ കൊച്ചുകുട്ടി ഒരു തീവണ്ടിയുടെ ബോയിലർ നിർമ്മിക്കുവാനുള്ള ശ്രമത്തിലായിരുന്നു. എഞ്ചിനീയറായ മുത്തച്ഛന് ഈ പ്രവൃത്തി കണ്ടപ്പോൾ അത്യധികമായ ആഹ്ലാദം തോന്നി. ആരുടെയും പ്രേരണയോ, സാങ്കേതിക സഹായമോ കൂടാതെ തന്റെ പേരക്കുട്ടി ഒരു തീവണ്ടി എഞ്ചിൻ നിർമ്മിക്കുന്ന കാഴ്ച അദ്ദേഹം ആകാംക്ഷയോടെ നോക്കിക്കണ്ടു. കളിമണ്ണു കൊണ്ടുണ്ടാക്കിയ ആ ബോയിലർ പൂർത്തിയായി. പാളങ്ങൾ ഉണ്ടാക്കി കന്നിയാത്രയ്ക്കുവേണ്ടി എഞ്ചിൻ തയ്യാറാക്കി നിർത്തി. എഞ്ചിൻ പ്രവർത്തിപ്പിക്കുകയായിരുന്നു പിന്നീട്. ഒരു നിമിഷം എഞ്ചിൻ പാളത്തിലൂടെ നീങ്ങിയെങ്കിലും പെട്ടെന്ന് വലിയൊരു പൊട്ടിത്തെറിയുണ്ടായി. ബോയിലർ തകർന്നു തരിപ്പണമായി. അവന് ഒന്നും പറ്റിയതുമില്ല.

ആ ബാലന് പെട്ടെന്ന് സങ്കടമുണ്ടായെങ്കിലും മുത്തച്ഛൻ അവനെ സമാധാനിപ്പിച്ചു. അവന്റെ കൊച്ചു ഹൃദയത്തിൽ ഈ സംഭവം മായാത്ത രേഖകൾ പതിപ്പിച്ചുവെന്ന് പില്ക്കാല ജീവിതം തെളിയിച്ചു. ശാസ്ത്രരംഗത്ത് ഇന്ത്യയെ കൈപിടിച്ചു

ഉയർത്തുവാൻ തന്നാലാവത് ചെയ്ത്, ചരിത്രത്തിൽ സ്ഥാനം നേടാൻ കഴിഞ്ഞ പ്രശസ്ത ശാസ്ത്രകാരനായ ശാന്തിസ്വരൂപ് ഭട്നഗറായിരുന്നു ആ ബാലൻ. ശാസ്ത്രസാങ്കേതികരംഗത്ത് ഇന്ത്യക്ക് ഒട്ടേറെ നേട്ടങ്ങൾ നേടിക്കൊടുത്ത അദ്ദേഹത്തിന്റെ കോസ്മിക് രശ്മികളെക്കുറിച്ചുള്ള പഠനം എന്നും സ്മരിക്കപ്പെടുകയും ചെയ്യും.

ജനനവും വിദ്യാഭ്യാസവും

1895 ഫെബ്രുവരി 21 ന് പഞ്ചാബിലെ ഷാഹ്പൂർ ജില്ലയിലെ ഭീറഎന്ന ഗ്രാമത്തിലാണ് (ഇപ്പോൾ പാകിസ്ഥാനിൽ) ശാന്തിസ്വരൂപ് ഭട്നഗർ ജനിച്ചത്. അച്ഛൻ പരമേശ്വരർ സഹായ് ഭട്നഗർ ഒരു അദ്ധ്യാപകനും ദേശീയവാദിയുമായിരുന്നു. ഒരു എഞ്ചിനീയറായിരുന്ന പ്യാരിലാലിന്റെ മകൾ പാർവ്വതിയായിരുന്നു അമ്മ. മകന് എട്ടുമാസം പ്രായമുള്ളപ്പോൾ അച്ഛൻ മരണമടഞ്ഞതിനാൽ മുത്തച്ഛനായ പ്യാരിലാലിന്റെ സംരക്ഷണത്തിലാണ് ശാന്തിസ്വരൂപ് വളർന്നുവന്നത്. അമ്മയുടെ പൂർവ്വികനായ മുൻഷിഹർഗോപാൽ ഉറുദുവിലെ ഒരു പ്രശസ്തനായ കവിയായിരുന്നു. അങ്ങനെ പാരമ്പര്യമായി തന്നെ ശാന്തി സ്വരൂപിനും കവിതാരചനയിൽ താല്പര്യമുണ്ടായി.

ചെറുപ്പത്തിൽ തന്നെ തനിക്ക് ഇഷ്ടമുള്ള വസ്തുക്കൾ സ്വന്തമായി നിർമ്മിച്ചെടുക്കാനുള്ള ഒരു വാസന ബാലനായ ശാന്തിസ്വരൂപനിൽ ഉണ്ടായിരുന്നു. മുത്തച്ഛൻ ഒരു എഞ്ചിനീയറായിരുന്നതിനാൽ ചെറുപ്പത്തിൽ തന്നെ പല ശാസ്ത്രീയോപകരണങ്ങളുമായി പരിചയപ്പെടുവാൻ ആ ബാലന് അവസരമുണ്ടായി.

സെക്കന്തരാബാദിലെ ആംഗ്ലോവെർണാക്കുലർ സ്കൂളിലും ലാഹോർ ദയാൽസിങ് സ്കൂളിലും പഠിച്ച് 1911 ൽ ശാന്തിസ്വരൂപ് മെട്രിക്കുലേഷൻ പരീക്ഷ പാസായി. പഠനത്തിൽ ഒന്നാമനായിരുന്നതിനാൽ സ്കോളർഷിപ്പ് അനുവദിച്ചുകിട്ടുകയും ചെയ്തു. ശാസ്ത്രവിഷയങ്ങളോടായിരുന്നു കുട്ടിക്കു താല്പര്യം. വിദ്യാർത്ഥിയായിരിക്കുമ്പോൾതന്നെ സ്വന്തമായി ബാറ്ററിയുണ്ടാക്കി കോളിങ് ബെല്ലും ടെലിഫോണും പ്രവർത്തിപ്പിച്ചു.

ഉറുദുസാഹിത്യത്തിൽ നല്ല പ്രാവീണ്യം നേടിയ ശാന്തിസ്വരൂപ് ശാസ്ത്രലേഖനങ്ങളും കവിതകളും പ്രസിദ്ധീകരിച്ചതോടെ വിദ്യാർത്ഥികളുടെയിടയിൽ ആദരണീയനായി മാറി. കവിതയെഴുതുന്ന ശാസ്ത്രജ്ഞൻ എന്ന പേര് പിന്നീട് അദ്ദേഹത്തിനുണ്ടായി.

കോളേജ് വിദ്യാഭ്യാസം ദയാൽസിങ് കോളേജിലാണ് ആരംഭിച്ചത്. കോളേജ് വിദ്യാഭ്യാസ കാലത്ത് നല്ലൊരു നടൻ എന്ന നിലയിലും ശ്രദ്ധേയനായി. *ആസ് യു ലൈക്ക് ഇറ്റ്, മിഡ് സമ്മർ നൈറ്റ്സ് ഡ്രീം* എന്നീ നാടകങ്ങളിലെ അഭിനയം പ്രത്യേകം ശ്രദ്ധിക്കപ്പെട്ടു. അദ്ധ്യാപകർക്കും പ്രിൻസിപ്പലിനും ഏറ്റവും പ്രിയപ്പെട്ട വിദ്യാർത്ഥിയായിരുന്നു ശാന്തിസ്വരൂപ്.

രസതന്ത്രം, ഭൗതികശാസ്ത്രം, ഇംഗ്ലീഷ് എന്നീ വിഷയങ്ങളെടുത്ത് ലാഹോർ ഫാർമൽ ക്രിസ്റ്റ്യൻ കോളേജിൽ നിന്ന് അദ്ദേഹം ബി എസ് സി ബിരുദം സമ്പാദിച്ചു. വിദ്യാഭ്യാസ കാലത്തുതന്നെ സ്വന്തം നിലയിൽ ഗവേഷണങ്ങളും ആരംഭിച്ചിരുന്നു. ഒന്നാം ലോകമഹായുദ്ധം കൊടുമ്പിരിക്കൊണ്ടിരിക്കുന്ന കാലയളവായിരുന്നു അത്. വിദേശത്തുനിന്ന് ഇറക്കുമതി ചെയ്തിരുന്ന ഹെക്ട്രോഗ്രാഫർ പാഡുകൾ ലഭിക്കാതിരുന്നതിനാൽ തദ്ദേശീയമായി അവ നിർമ്മിച്ചു കൊടുക്കാമോ എന്ന് ഒരു വ്യാപാരി അദ്ദേഹത്തിന്റെ അദ്ധ്യാപകനോട് ആരാഞ്ഞു. അദ്ധ്യാപകൻ ഈ ചുമതല ശാന്തി സ്വരൂപിനെയാണ് ഏല്പിച്ചത്.

ബുദ്ധിമാനും കർമ്മനിരതനുമായ തന്റെ ശിഷ്യൻ ഇക്കാര്യം ഭംഗിയായി നിർവ്വഹിക്കുമെന്ന് ആ അദ്ധ്യാപകന് ഉറപ്പുണ്ടായിരുന്നു. എല്ലാവരേയും അത്ഭുതപ്പെടുത്തിക്കൊണ്ട് ശാന്തിസ്വരൂപ് കൃത്യസമയത്തുതന്നെ 'ഹെക്ടോഗ്രാഫർ പാഡുകൾ' നിർമ്മിച്ചുകൊടുത്തു. വ്യാപാരി നല്ലൊരു തുക അതിനു പ്രതിഫലം നല്കിയതിനാൽ പഠനകാര്യങ്ങൾക്കും ഗവേഷണത്തിനും ആവശ്യമായ തുക കണ്ടെത്താൻ അദ്ദേഹത്തിനു കഴിഞ്ഞു. ബിരുദമെടുത്തശേഷം ഫാർമൽ ക്രിസ്റ്റ്യൻ കോളേജിലും ദയാൽ സിങ് കോളേജിലും ശാന്തി സ്വരൂപ് കുറെക്കാലം അദ്ധ്യാപകനായി ജോലി നോക്കി.

1915 ൽ ശാന്തിസ്വരൂപ് വിവാഹിതനായി. അദ്ധ്യാപകനായ

ലാലാ ലഘുനാഥ സഹായിയുടെ മകൾ ലജ്വന്തിയായിരുന്നു വധു. രണ്ടുപുത്രന്മാരും രണ്ടുപുത്രിമാരും അദ്ദേഹത്തിനുണ്ടായി. 1946 ൽ ആ മഹതി നിര്യാതയായി.

ശാന്തി സ്വരൂപിന്റെ ഒരു തീസിസിന് യൂണിവേഴ്സിറ്റി എം എസ് സി ഡിഗ്രി നല്കിയതോടെ ശാസ്ത്രരംഗത്തു കൂടുതൽ ഊർജ്ജസ്വലനായി പ്രവർത്തിക്കുവാൻ അദ്ദേഹത്തിനു കഴിഞ്ഞു. ദയാൽസിങ് സ്കോളർഷിപ്പോടു കൂടി അമേരിക്കയിൽ പോയി ഉപരിപഠനം നടത്താൻ ഭട്നഗർ ആഗ്രഹിച്ചു. അപ്പോഴേക്കും ഒന്നാംലോകമഹായുദ്ധം അവസാനിച്ചിരുന്നു. 1919 ൽ അദ്ദേഹം അമേരിക്കയിലേക്കുള്ള യാത്രാമദ്ധ്യേ ഇംഗ്ലണ്ടിൽ എത്തി. എന്നാൽ അമേരിക്കൻ യാത്ര തികച്ചും ദുഷ്കരമായിരുന്നു. യുദ്ധം കഴിഞ്ഞ് മടങ്ങിപ്പോകുന്ന അമേരിക്കൻ പട്ടാളക്കാരെക്കൊണ്ട് നിറഞ്ഞ കപ്പലുകൾ നിരന്തരം പൊയ്ക്കൊണ്ടിരുന്നതിനാൽ മറ്റു യാത്രക്കാരെ സ്വീകരിച്ചിരുന്നില്ല. അവസാനം ഇംഗ്ലണ്ടിൽ തന്നെ പഠനവും ഗവേഷണവും തുടരാൻ അദ്ദേഹം നിശ്ചയിച്ചു. പ്രൊഫ. ഡൊന്നന്റെ കീഴിൽ അദ്ദേഹം ഗവേഷണം ആരംഭിക്കുകയും ചെയ്തു. 'കൊളോയിഡിയ' രസതന്ത്രത്തിലാണ് അദ്ദേഹം ഗവേഷണം നടത്തിയത്. തുടർന്ന് ബ്രിട്ടനിലെ ഗവേഷണ വകുപ്പിൽനിന്ന് ഒരു ട്രാവൽ സ്കോളർഷിപ്പു നേടി അദ്ദേഹം വിദേശങ്ങളിലെ ശാസ്ത്ര ഗവേഷണങ്ങൾ നേരിൽ കാണാൻ യാത്രയായി.

ഫ്രാൻസ്, ബർലിൻ എന്നിവിടങ്ങളിൽ സന്ദർശിച്ച ശാന്തി സ്വരൂപ് ഫ്രാൻസിലെ ജീൻ പെറിൻ, മാഡം ക്യൂറി എന്നീ ശാസ്ത്രജ്ഞരേയും ബർലിനിലെ മാക്സ് പ്ലാങ്ക്, ഐൻസ്റ്റീൻ എന്നിവരെയും സന്ദർശിച്ചു. ഈ പര്യടനംകൊണ്ട് ഗവേഷണരംഗത്ത് പല നേട്ടങ്ങളും കൈവരിക്കാൻ അദ്ദേഹത്തിനു കഴിഞ്ഞു. 1921 ൽ ലണ്ടൻ സർവ്വകലാശാലയിൽനിന്ന് ഡോക്ടർ ഓഫ് സയൻസ് ബിരുദം നേടിയാണ് അദ്ദേഹം ഇന്ത്യയിൽ മടങ്ങിയെത്തിയത്.

വിദേശത്തുനിന്ന് തിരിച്ചെത്തിയ ശാന്തിസ്വരൂപിനെ, പണ്ഡിറ്റ് മദൻമോഹൻ മാളവ്യയുടെ നിർദ്ദേശാനുസരണം ബനാറസ് ഹിന്ദു കോളേജിൽ ഒരു പ്രൊഫസറായി നിയമിച്ചു. തന്റെ ശിഷ്യന്മാർക്ക് കാര്യങ്ങൾ നന്നായി മനസ്സിലാക്കിക്കൊടുക്കുന്ന

ഒരു ഗുരുനാഥനായിരുന്നു അദ്ദേഹം. അപ്പോഴും സ്വന്തം ഗവേഷണാലയത്തിൽ പരീക്ഷണങ്ങൾ നടത്തുന്നതിന് അദ്ദേഹം സമയം കണ്ടെത്തിയിരുന്നു.

ബ്രിട്ടീഷ് അസോസിയേഷന്റെ വാർഷികസമ്മേളനത്തിൽ പങ്കെടുക്കാൻ 1923 ൽ ശാന്തിസ്വരൂപ് വീണ്ടും ഇംഗ്ലണ്ടിലേക്കു പോയി. സമ്മേളനത്തിൽ അദ്ദേഹം ചെയ്ത പ്രസംഗം ഏറെ വാഴ്ത്തപ്പെടുകയും ചെയ്തു.

ഔദ്യോഗിക ജീവിതം

പഞ്ചാബ് സർവ്വകലാശാലയുടെ കെമിക്കൽ ലബോറട്ടറി ഡയറക്ടർ പദവിയാണ് പിന്നീട് ശാന്തി സ്വരൂപിനെ തേടിയെത്തിയത്. കൃഷി, വ്യവസായം എന്നീ മേഖലകളിലെ പല പ്രധാന പ്രശ്നങ്ങൾക്കും ഉചിതമായ പരിഹാരം കണ്ടെത്തുവാൻ അദ്ദേഹത്തിനു സാധിച്ചു. സർവ്വകലാശാലയുടെ നേതൃത്വത്തിൽനടന്ന ഒരു ഗവേഷണപദ്ധതിയിൽ അമേരിക്കൻ ശാസ്ത്രജ്ഞനായിരുന്ന പ്രൊഫ. ആർതർ ക്യാപ്റ്റനുമായി യോജിച്ച് പ്രവർത്തിക്കുവാനും അദ്ദേഹത്തിന് അവസരമുണ്ടായി. പർവ്വതങ്ങളിലുള്ള തടാകങ്ങളിൽ, ജലനിരപ്പിൽനിന്ന് താഴോട്ടു പോകുന്തോറും കോസ്മിക് രശ്മികളുടെ തീവ്രത കുറയുമെന്ന് ഈ പദ്ധതിയിലൂടെയാണ് വെളിപ്പെട്ടത്. 1936 ൽ റോയൽ സൊസൈറ്റിയുടെ ഫെലോ ആയി അദ്ദേഹം തെരഞ്ഞെടുക്കപ്പെട്ടു.

രണ്ടാം ലോക മഹായുദ്ധത്തെത്തുടർന്ന് വിദേശ ഇറക്കുമതി നിശ്ശേഷം കുറഞ്ഞതിനാൽ പല അസംസ്കൃത പദാർത്ഥങ്ങളും ഇവിടെതന്നെ സംസ്കരിച്ച് ഉപയോഗപ്പെടുത്തേണ്ടിവന്നു. ഇക്കാര്യങ്ങളിൽ ശാന്തിസ്വരൂപ് പ്രത്യേകം താല്പര്യമെടുക്കുകയും പഞ്ഞി, ചിരട്ട, മുള, ചണം എന്നിവ തദ്ദേശീയമായ സംസ്കരണരീതി അവലംബിച്ച് പുതിയ പല ഉല്പന്നങ്ങളും നിർമ്മിക്കാമെന്ന് അദ്ദേഹം തെളിയിച്ചുകൊടുത്തു. കൈതയുടെയും കള്ളിച്ചെടിയുടെയും നാരുകൾ ഉപയോഗിച്ച് ഒരു പുതിയ തരം തുണി അദ്ദേഹം വികസിപ്പിച്ചെടുത്തു. കൂടാതെ മേല്ക്കൂരയ്ക്ക് ഉപയോഗപ്രദമായ മറ്റൊരു വസ്തുവും കണ്ടു

പിടിച്ചു. ഇതെല്ലാം പിന്നീട് സൈനികാവശ്യങ്ങൾക്ക് ഉപകാര പ്രദമാണെന്ന് കണ്ടെത്തുകയും ചെയ്തു.

എണ്ണഖനികളുടെ ഖനനജോലികൾ ഏറ്റെടുത്തിരുന്ന ഒരു കമ്പനിക്ക് ജോലിക്കിടയിൽ തുടർച്ചയായി തടസ്സങ്ങൾ ഉണ്ടായി. കളിമണ്ണ് ലവണസ്വഭാവമുള്ള ജലവുമായി പ്രവർത്തിച്ച് കട്ട പിടിക്കുന്നതിനാൽ ജോലി യഥേഷ്ടം മുന്നോട്ടുകൊണ്ടുപോകാൻ കഴിയാതെ വന്നു. റാവൽപിണ്ടിയിലായിരുന്നു ഖനന ജോലികൾ നടന്നിരുന്നത്. ഇക്കാര്യം ശാന്തിസ്വരൂപിന്റെ ശ്രദ്ധയിൽപെട്ടയുടൻതന്നെ അദ്ദേഹം ചില പരീക്ഷണങ്ങൾ ചെയ്തുനോക്കി. ചെളിവെള്ളത്തിൽ കൊഴുപ്പുകലർത്തിയാൽ കട്ടപിടിക്കുന്ന സ്വഭാവം മാറിക്കിട്ടുമെന്ന് അദ്ദേഹത്തിനു ബോദ്ധ്യമായി. 'ഇന്ത്യൻഗം' എന്ന പദാർത്ഥം ഉപയോഗിക്കാൻ അദ്ദേഹം നിർദ്ദേശിക്കുകയും ആയത് ഫലപ്രദമായി അനുഭവപ്പെടുകയും ചെയ്തു. ഖനന ജോലികൾ ഏറ്റെടുത്തിരുന്ന സ്റ്റീൽ കമ്പനി അദ്ദേഹത്തിന് ഒന്നരലക്ഷം രൂപ പാരിതോഷികമായി വാഗ്ദാനം ചെയ്യുകയുമുണ്ടായി. എന്നാൽ അദ്ദേഹം ഈ തുക കൈപ്പറ്റാതെ യൂണിവേഴ്സിറ്റിയിൽ ഒരു ഗവേഷണ പരിപാടിക്കായി ഗ്രാന്റ് എന്ന നിലയിൽ നല്കണമെന്ന് കമ്പനിയോട് നിർദ്ദേശിക്കുകയും ചെയ്തു.

1940 ൽ ഇന്ത്യാ ഗവൺമെന്റിന്റെ സയന്റിഫിക് ആന്റ് ഇൻഡസ്ട്രിയൽ റിസർച്ച് എന്ന സ്ഥാപനത്തിന്റെ ഡയറക്ടറായി അദ്ദേഹത്തെ നിയമിക്കുകയും ചെയ്തു. ഇറക്കുമതി പരമാവധി ഇല്ലാതാക്കാനും നാടിനു യോജിച്ച സാങ്കേതിക വിദ്യ പ്രചരിപ്പിക്കുവാനും അദ്ദേഹത്തിനു കഴിഞ്ഞു. ഇന്ത്യൻ ബദൽ ഗ്ലാസ്, വുഡ് ഓയിൽ എന്നിവ തദ്ദേശീയമായി നിർമ്മിക്കാൻ അദ്ദേഹം നേതൃത്വം നല്കി. ഇന്ത്യയിൽ നാഷണൽ ലാബറട്ടറികൾ സ്ഥാപിക്കുവാൻ തുടക്കമിട്ടതും അദ്ദേഹമാണ്. എക്സ്റേ, ബയോ കെമിസ്ട്രി, മാഗ്നറ്റോ കെമിസ്ട്രി, രാമൻ ഇഫക്ട് എന്നീ വിഷയങ്ങളിൽ അക്കാലത്തെ ഏറ്റവും പരിജ്ഞാനമുള്ള വ്യക്തിയായിരുന്നു അദ്ദേഹം. 'മാഗ്നറ്റോ കെമിസ്ട്രി' സംബന്ധിച്ച് അദ്ദേഹം രചിച്ച ഗ്രന്ഥം ശാസ്ത്രലോകത്ത് ഏറെ പ്രകീർത്തിക്കപ്പെട്ടു.

ഇന്ത്യാ ഗവൺമെന്റിന്റെ പ്രകൃതി വിഭവശാസ്ത്രീയ ഗവേ

ഷണവകുപ്പിന്റെ സെക്രട്ടറിയായി നിയമിക്കപ്പെട്ട ഭട്നഗർ, രാജ്യത്തിന്റെ സമഗ്രവികസനത്തിനുള്ള പല പദ്ധതികളും ആസൂത്രണം ചെയ്തു. 1948 ആഗസ്ത് 10 ന് ഇന്ത്യൻ അണുശക്തി കമ്മീഷൻ രൂപീകൃതമായി. ഡോ. ഹോമി ജെ ഭാഭയുടെ അദ്ധ്യക്ഷതയിൽ രൂപീകരിക്കപ്പെട്ട കമ്മീഷനിൽ ശാന്തിസ്വരൂപ് ഭട്നഗറും കെ എസ് കൃഷ്ണനും അംഗങ്ങളായി നിയമിക്കപ്പെട്ടു.

പ്രധാനമന്ത്രിയായിരുന്ന ജവാഹർലാൽ നെഹ്റുവിന് ഏറെ പ്രിയപ്പെട്ട ഒരു ശാസ്ത്രജ്ഞനായിരുന്നു ശാന്തി സ്വരൂപ് ഭട്നഗർ. അദ്ദേഹത്തിന്റെ കഴിവിലും സാമർത്ഥ്യത്തിലും നെഹ്റുവിന് ഏറെ മതിപ്പുണ്ടായിരുന്നു.

1955 ജനുവരി ഒന്നാം തീയതി ഹൃദ്രോഗംമൂലം പെട്ടെന്നുണ്ടായ ഭട്നഗറിന്റെ നിര്യാണം ഇന്ത്യക്ക് കനത്ത ആഘാതമായിരുന്നു. കോളേജുകളിലെ ശാസ്ത്രഗവേഷണരംഗം മെച്ചപ്പെടുത്തുന്നതിനുള്ള നെഹ്റു സർക്കാരിന്റെ തീരുമാനത്തിനു പിന്നിൽ പ്രവർത്തിച്ചിരുന്നത് ഭട്നഗറിന്റെ ചിന്തകളായിരുന്നു.

ഭാര്യയുടെ മരണത്തെത്തുടർന്ന് തന്റെ പ്രിയതമയെപ്പറ്റി അദ്ദേഹമെഴുതിയ കവിതകൾ *ലജ്വന്തി* എന്ന പേരിൽ പ്രസിദ്ധീകരിച്ചിട്ടുണ്ട്. അദ്ദേഹത്തിന്റെ ബഹുമാനാർത്ഥം ശാസ്ത്രസാങ്കേതികരംഗത്ത് മികച്ച പ്രവർത്തനം കാഴ്ചവയ്ക്കുന്നവർക്ക് 'ഭട്നഗർ അവാർഡ്' എന്ന പേരിൽ ഭാരതസർക്കാർ ഒരു വാർഷിക അവാർഡ് ഏർപ്പെടുത്തിയിട്ടുണ്ട്. ഇന്നും ആ അവാർഡുകൾ നല്കപ്പെടുന്നുണ്ട്.

ജീവിതരേഖ

1895 ഫെബ്രുവരി 21. പഞ്ചാബിലെ ഷാഹ്പൂർ ജില്ലയിൽ
അച്ഛൻ: പരമേശ്വർ സഹായ്
അമ്മ: പാർവ്വതി അമ്മാൾ
1911 മെട്രിക്കുലേഷൻ ജയിക്കുന്നു
1913 ഇന്റർമീഡിയറ്റ് പരീക്ഷ ജയിച്ചു.
1915 വിവാഹിതനാകുന്നു. ഭാര്യ ലജ്വന്തി.
1916 ബിരുദം സമ്പാദിച്ചു.

1919 ഫോർമാൻ കോളേജിൽനിന്ന് എം എസ് സി ബിരുദം നേടി

1921 ലണ്ടൻ സർവ്വകലാശാലയിൽനിന്ന് ഡോക്ടറേറ്റ് നേടുന്നു

1923 വീണ്ടും ഇംഗ്ലണ്ട് സന്ദർശനം

1924 പഞ്ചാബ് സർവ്വകലാശാലാ പ്രൊഫസർ

1936 റോയൽ സൊസൈറ്റി ഫെലോ.

1940 സയന്റിഫിക് ആന്റ് ഇൻഡസ്ട്രിയൽ റിസർച്ച് ഡയറക്ടർ

1941 'സർ' സ്ഥാനം ലഭിക്കുന്നു.

1942 സി എസ് ഐ ആർ നിലവിൽ വന്നു

1946 ഭാര്യ നിര്യാതയാവുന്നു.

1947 ശാസ്ത്രവിദ്യാഭ്യാസഗവേഷണ വകുപ്പ് സെക്രട്ടറി

1948 ആഗസ്ത് 10 അണുശക്തി കമ്മീഷൻ അംഗം

1955 ജനുവരി 1. നിര്യാതനാവുന്നു.

ശ്രീനിവാസ രാമാനുജൻ

ശാന്തനും മിതഭാഷിയുമായ ആ ചങ്ങാതിയെ അന്വേഷിച്ചാണ് രണ്ടു കൂട്ടുകാർ ആ വീട്ടിൽ എത്തിയത്. അവനെ വീട്ടിൽ കാണാൻ കഴിഞ്ഞില്ല. വീട്ടുകാരോടു തിരക്കിയപ്പോൾ അവരും കൈമലർത്തി. അവർക്കുമറിയില്ല അവൻ എവിടെ പോയെന്ന്. കൂട്ടുകാരുണ്ടോ വിടുന്നു. അവർ മുറിക്കുള്ളിൽ കയറി പൊലീസ് മുറയിൽ ഒരു സെർച്ച് തന്നെ നടത്തിനോക്കി. പ്രതിയെ തൊണ്ടി സഹിതം പിടികൂടി. കട്ടിലിനടിയിൽ കുനിഞ്ഞിരുന്ന് ഒരു സ്ലേറ്റിൽ കണക്കു ചെയ്യുകയായിരുന്നു ആ വിദ്വാൻ! അവർ ചോദിച്ചു? "നിനക്ക് കടലാസിൽ ഇതു ചെയ്തു കൂടേ?"

ആഹാരം തരാൻ പോലും അച്ഛൻ നന്നേ പാടുപെടുകയാണ്. പിന്നെ പണംകൊടുത്ത് എങ്ങനെയാണ് കടലാസ് വാങ്ങുക? അവന്റെ ഉത്തരം കേട്ട് ആ കൂട്ടുകാർക്കും വേദന തോന്നി.

ആരുമറിയാതെ മറഞ്ഞിരുന്ന് കണക്കു ചെയ്തില്ലെങ്കിൽ വീട്ടുകാർ കണ്ടാൽ ഒന്നിനും പിന്നെ സമ്മതിക്കില്ല. വീട്ടിലെ കാര്യമൊന്നും നോക്കാതെ എപ്പോഴും ചടഞ്ഞുകൂടി ഇരുന്ന് എഴുതുന്നതിൽ അവർക്ക് പരാതിയായിരുന്നു.

ഗണിതശാസ്ത്രം തലയ്ക്കുപിടിച്ച്, സദാസമയവും കണക്കിൽ മാത്രം ശ്രദ്ധിച്ച് സമയം തള്ളിനീക്കുന്ന ആ വിദ്യാർത്ഥി

ആരാണെന്നറിയണ്ടേ? പില്ക്കാലത്ത് ലോകപ്രശസ്ത ഗണിതശാസ്ത്രജ്ഞനായിത്തീർന്ന ശ്രീനിവാസ രാമാനുജനായിരുന്നു ആ ഗണിത വിദ്യാർത്ഥി.

1887 ഡിസംബർ 22 ന് *മദ്രാസിലെ തഞ്ചാവൂർ ജില്ലയിൽപ്പെട്ട ഈറോഡിലെ കുംഭകോണത്താണ്* ശ്രീനിവാസരാമാനുജന്റെ ജനനം. പിതാവ് തഞ്ചാവൂർ ശ്രീനിവാസ അയ്യങ്കാർ. ഒരു തുണിക്കടയിലെ കണക്കെഴുത്തു പിള്ളയായിരുന്നു അദ്ദേഹം. ഈറോഡു സ്വദേശിനിയായ അമ്മ കോമളാമ്മാളാകട്ടെ, ഒരു സാധാരണ വീട്ടമ്മയും. സാമ്പത്തികമായി വളരെ പരാധീനതയിലായിരുന്നു ആ ബ്രാഹ്മണകുടുംബം. നിത്യവൃത്തിക്കുപോലും അവർ നന്നേ ക്ലേശിച്ചിരുന്നു. ബാല്യത്തിൽത്തന്നെ രാമാനുജനെ കുംഭകോണത്തെ സ്കൂളിൽ ചേർത്തു. ഗണിതശാസ്ത്രത്തിൽ പ്രത്യേക അഭിരുചിയുണ്ടായിരുന്ന രാമാനുജൻ അക്കാലത്തു തന്നെ ചോദ്യങ്ങൾ ചോദിച്ച് അദ്ധ്യാപകരെ ഉത്തരം മുട്ടിച്ചിരുന്നു. രാമാനുജന് ഒരു സഹോദരിയും നാലു സഹോദരന്മാരും ഉണ്ടായിരുന്നു. അക്കാലത്തുതന്നെ പൊതുവെ ശാന്തനായി കാണപ്പെട്ട ആ കുട്ടി, പലപ്പോഴും ചിന്താധീനനായി കാണപ്പെട്ടു. പ്രാഥമികവിദ്യാഭ്യാസത്തിനുശേഷം 1898 മുതൽ കുംഭകോണം ടൗൺ സ്കൂളിലായിരുന്നു രാമാനുജന്റെ വിദ്യാഭ്യാസം. രാത്രിയിൽ നക്ഷത്രങ്ങളെ നോക്കിക്കൊണ്ട് ഏറെനേരം വേണമെങ്കിലും അവൻ ചെലവഴിച്ചിരുന്നു. നക്ഷത്രങ്ങൾ തമ്മിലുള്ള ദൂരം, അവയുടെ സവിശേഷത എന്നിവയെപ്പറ്റി മുതിർന്നവരോട് സംശയങ്ങൾ ചോദിക്കുക രാമാനുജന്റെ പതിവായിരുന്നു. കൂട്ടുകാർ ഗണിതശാസ്ത്ര സംബന്ധമായി എന്തു സംശയം ചോദിച്ചാലും പെട്ടെന്നുതന്നെ അതിന്റെ ഉത്തരം കണ്ടെത്തി നല്കുന്നതും അവന്റെ വിനോദമായിരുന്നു.

രണ്ടാം ഫാറത്തിൽ പഠിക്കുമ്പോൾ രാമാനുജൻ ചോദിച്ചു തുടങ്ങി. "ഗണിതശാസ്ത്രത്തിലെ ഏറ്റവും വലിയ തത്ത്വം എന്താണെ"ന്ന്. *പൈത്തഗോറസ്* സിദ്ധാന്തമെന്ന് ചിലർ പറഞ്ഞു. ചിലരാകട്ടെ സ്റ്റോക്കും ഓഹരികളും എന്നാണ് മറുപടി പറഞ്ഞത്. മൂന്നാം ഫാറത്തിൽ പഠിക്കുമ്പോൾ പൂജ്യത്തെക്കുറിച്ച് പ്രഗത്ഭമായ ഒരു ചോദ്യം അദ്ധ്യാപകരോട് അവൻ ചോദി

ച്ചു. ഏതു സംഖ്യയേയും അതുകൊണ്ടുതന്നെ ഹരിച്ചാൽ ഫലം ഒന്ന് ആണെന്ന് അദ്ധ്യാപകർ പറഞ്ഞിരുന്നു. അങ്ങനെയാണ് എല്ലാ അദ്ധ്യാപകരും പറഞ്ഞിരുന്നതും. എന്നാൽ രാമാനുജന്റെ സംശയം ഇങ്ങനെയായിരുന്നു. 'പൂജ്യത്തെ പൂജ്യം കൊണ്ട് ഹരിച്ചാൽ ഫലം ഒന്ന് എന്നു തന്നെയാണോ?' ഗഹനമായ ഒരു ഗണിതശാസ്ത്ര സമസ്യ ഈ ചോദ്യത്തിൽ അടങ്ങിയിരുന്നു.

കണക്കുചെയ്യാൻ ഏതു തുണ്ടുകടലാസും രാമാനുജൻ ഉപയോഗിച്ചിരുന്നു. ഗണിതം തലയ്ക്കു പിടിച്ച ഈ കുട്ടി ഇത്തരം കടലാസുകളിൽ എഴുതി ആരും കാണാതെ ഒളിപ്പിച്ചുവച്ച കടലാസുകളുടെ കൂമ്പാരം പില്ക്കാലത്ത് കണ്ടെത്തിയിരുന്നു. രാമാനുജന്റെ നോട്ടുബുക്കുകൾ എന്നു പ്രസിദ്ധി നേടിയ ഈ കടലാസുകൾ ഗണിതശാസ്ത്രശാഖയ്ക്ക് അക്ഷയഖനികളായി തീർന്നതും ചരിത്രം.

ഹൈസ്കൂളിൽ പഠിക്കുമ്പോൾ ലോണിയുടെ ത്രികോണമിതി രാമാനുജൻ സ്വയംപഠിച്ചു. കാർവറിന്റെ *സ്നോപ്സിസ് ഓഫ് പ്യൂവർ മാത്തമാറ്റിക്സ് ആന്റ് അപ്ലൈഡ് മാത്തമാറ്റിക്സ്* എന്ന ഗ്രന്ഥം രാമാനുജനെ വളരെയേറെ ആകർഷിച്ചു. ക്ഷേത്രഗണിതവും ബീജഗണിതവും സ്വയം പഠിച്ചു. 1903 ൽ മദ്രാസ് സർവ്വകലാശാലയുടെ മെട്രിക്കുലേഷൻ പരീക്ഷ ഒന്നാം ക്ലാസിൽത്തന്നെ രാമാനുജൻ പാസായി. തുടർന്ന് പഠിക്കാൻ സ്കോളർഷിപ്പ് അനുവദിച്ചു കിട്ടുകയും ചെയ്തു.

1904 ജനുവരിയിൽ കുംഭകോണത്തെ ഗവ. കോളേജിൽ എഫ് എ കോഴ്സിന് (First Arts) പഠിക്കാൻ രാമാനുജൻ ചേർന്നു. ഗണിതശാസ്ത്രത്തോടുള്ള അത്യാസക്തിമൂലം മറ്റു വിഷയങ്ങളുടെ പഠനത്തിൽ ശ്രദ്ധിക്കാതെയായി. വർഷാവസാന പരീക്ഷയിൽ ഗണിതശാസ്ത്രത്തിൽ ഉന്നതമായ നിലയിൽ വിജയിച്ചെങ്കിലും, മറ്റു വിഷയങ്ങൾക്ക് മാർക്ക് കുറഞ്ഞതിനാൽ ക്ലാസ് കയറ്റം ലഭിച്ചില്ല. അതോടെ ലഭിച്ചുകൊണ്ടിരുന്ന സ്കോളർഷിപ്പ് തുകയും നഷ്ടപ്പെട്ടു. ഈ സംഭവം രാമാനുജനെ മാനസികമായി തളർത്തി. തുടർന്ന് രാമാനുജൻ വീട്ടിൽനിന്ന് അപ്രത്യക്ഷനായി.

'എ മിസ്സ്ഡ് ബോയ്' എന്ന ശീർഷകത്തിൽ 1905 സെപ്തംബർ 2 ലെ *ഹിന്ദു*ദിനപത്രത്തിൽ രാമാനുജന്റെ തിരോധാനത്തെ

പ്പറ്റി ഒരു പരസ്യം വന്നു. പിതാവായ ജെ ശ്രീനിവാസ രാഘവ അയ്യങ്കാരായിരുന്നു പരസ്യം നല്കിയിരുന്നത്.

രാമാനുജൻ ആന്ധ്രായിലേക്കാണ് പോയിരുന്നത്. കുറേനാൾ അവിടങ്ങളിൽ അലഞ്ഞുതിരിഞ്ഞു നടന്നു. പിന്നെ മടങ്ങിവന്ന് 1906 ൽ പച്ചയ്യപ്പാസ് കോളേജിൽ ചേർന്ന് പഠനം പൂർത്തിയാക്കി. പെട്ടെന്ന് രോഗബാധിതനായതിനാൽ അദ്ദേഹത്തിന് പരീക്ഷ എഴുതാൻ കഴിഞ്ഞില്ല. 1907 ൽ പ്രൈമറി എഫ് എ പരീക്ഷ എഴുതിയെങ്കിലും വിജയിച്ചില്ല. അതോടെ വിദ്യാഭ്യാസം എന്ന സ്വപ്നം തന്നെ പൊലിഞ്ഞുപോയി. മാതാപിതാക്കൾ പട്ടിണി കിടന്നാണ് തന്നെ പഠിപ്പിച്ചതെന്ന സത്യം രാമാനുജനെ അലട്ടിക്കൊണ്ടിരുന്നു. മകന്റെ സവിശേഷമായ വ്യക്തിത്വത്തെപ്പറ്റി വേണ്ടത്ര മനസ്സിലാക്കാൻ മാതാപിതാക്കൾക്ക് കഴിയാതെ പോയി എന്നതാണ് നേര്. മകന്റെ ഉത്തരവാദിത്വക്കുറവുകൊണ്ടാണ് പരീക്ഷയിൽ പരാജയപ്പെട്ടത് എന്നാണ് അവർ ധരിച്ചത്.

1909 ജൂലൈ 4 ന് ശ്രീനിവാസരാമാനുജൻ ജാനകിയെ വിവാഹംകഴിച്ചു. ഭാര്യ ജാനകിക്ക് അന്ന് പത്തുവയസ്സായിരുന്നു പ്രായം. അച്ഛനായ ശ്രീനിവാസയ്യങ്കാർ വിവാഹച്ചടങ്ങിൽ പങ്കെടുത്തില്ല. എങ്കിലും മകന് ഇനിയെങ്കിലും കുറെ ഉത്തരവാദിത്വ ബോധം ഉണ്ടാകുമെന്ന് മാതാപിതാക്കൾ ആശ്വസിച്ചു.

രാമാനുജൻ തന്റെ ഗണിത ശാസ്ത്രപഠനവുമായി മുന്നോട്ടുപോയി. ഗണിതശാസ്ത്രത്തിലെ പല സമസ്യകൾക്കും ഉത്തരം കണ്ടുപിടിക്കുകയും അവ ഒരു നോട്ടുബുക്കിൽ കുറിച്ചുവയ്ക്കുകയുമായിരുന്നു പതിവ്. എപ്പോഴും തന്നോടൊപ്പം നോട്ടുബുക്കില്ലാതെ രാമാനുജൻ പുറത്തിറങ്ങിയിരുന്നില്ല (പിന്നീട് രാമാനുജന്റെ നോട്ടുബുക്കുകൾ എന്നപേരിൽ പ്രശസ്തമായവയിൽ ഈ നോട്ടുബുക്കുകളും ഉൾപ്പെട്ടിരുന്നു).

എന്തെങ്കിലും ഒരു തൊഴിൽ കിട്ടിയാൽ കുടുംബം പുലർത്താമല്ലോ എന്ന ആഗ്രഹവുമായി അദ്ദേഹം പലരേയും സന്ദർശിച്ചു. 1910 ൽ തിരുകോവിലൂരിൽ പോയി ഇന്ത്യൻ മാത്തമാറ്റിക്കൽ സൊസൈറ്റി (ഐ എം എസ്) സ്ഥാപകനായ പ്രൊഫ. വി രാമസ്വാമി അയ്യരെ കണ്ടു. അദ്ദേഹം അന്ന് ഒരു ഡെപ്യൂട്ടി കളക്ടറായിരുന്നു. രാമാനുജന്റെ പക്കൽ ഉണ്ടായിരുന്ന ഗണിത

പഠനത്തിന്റെ നോട്ടുബുക്ക് അദ്ദേഹം വാങ്ങി പരിശോധിച്ചു. ധിഷണാശാലിയായ ഒരു ഗണിതശാസ്ത്ര പ്രതിഭയാണ് രാമാനുജനെന്ന് അദ്ദേഹത്തിനു ബോദ്ധ്യമായി. ഒരു ഗുമസ്തപ്പണിയിൽ ഈ ചെറുപ്പക്കാരനെ തളയ്ക്കുന്നതു ശരിയല്ലെന്ന് അദ്ദേഹത്തിനു തോന്നി.

കുംഭകോണം ഗവ. കോളേജ് പ്രിൻസിപ്പൽ പി വി സേഷു അയ്യർക്ക് രാമസ്വാമി അയ്യർ ഒരു കത്തു നല്കി. അതുമായി രാമാനുജൻ അദ്ദേഹത്തെ ചെന്നുകണ്ടു. സേഷു അയ്യരുടെ ശ്രമഫലമായി മദ്രാസ് അക്കൗണ്ടന്റ് ജനറൽ ആഫീസിൽ രാമാനുജന് ഒരു താല്ക്കാലിക ജോലി ലഭിച്ചു. കാലാവധി കഴിഞ്ഞതോടെ അവിടെനിന്ന് പിരിഞ്ഞു പോരേണ്ടതായി വന്നു. വീണ്ടും ജോലി ഇല്ലാതായതോടെ അദ്ദേഹം കുട്ടികൾക്ക് ട്യൂഷനെടുത്ത് കുറേ നാൾ കഴിഞ്ഞു.

പ്രൊഫ. രാമസ്വാമി അയ്യരുടെയും സേഷുഅയ്യരുടെയും ശ്രമഫലമായി മദ്രാസ് പോർട്ട് ട്രസ്റ്റ് ആഫീസിൽ ഒരു ഗുമസ്തനായി രാമാനുജന് നിയമനം ലഭിച്ചു. 1912 മാർച്ച് 1 ന് അദ്ദേഹം പുതിയ ജോലിയിൽ പ്രവേശിച്ചു. ജോലിക്കിടയിലും ഗണിതശാസ്ത്ര ഗവേഷണത്തിന് രാമാനുജൻ സമയം കണ്ടെത്തി. പട്ടിണിയിലും നിരാശയിലും ഉഴലുമ്പോഴും ഗണിതശാസ്ത്രം ഒരു ആവേശമായി രാമാനുജനിൽ നിറഞ്ഞു നിന്നു.

രാമാനുജന്റെ ആദ്യകാല ഗണിതശാസ്ത്രപ്രബന്ധങ്ങൾ സേഷു അയ്യരാണ് ഇന്ത്യൻ മാത്തമാറ്റിക്കൽ സൊസൈറ്റിക്ക് പ്രസിദ്ധീകരണാർത്ഥം അയച്ചുകൊടുത്തത്. 1911 ൽ തന്നെ അതിലെ പല ലേഖനങ്ങളും പ്രസിദ്ധീകരിക്കപ്പെടുകയും ചെയ്തു. അത് രാമാനുജന് ഒരു അംഗീകാരം തന്നെയായിരുന്നു.

പോർട്ട് ട്രസ്റ്റ് ചെയർമാനായിരുന്ന സർ. ഫ്രാൻസിസ് സ്പ്രിങ്ങിന് രാമാനുജന്റെ അപാരമായ കഴിവുകളെപ്പറ്റി തികഞ്ഞ ബോദ്ധ്യമുണ്ടായി. ജോലിയിൽ ഇരുന്നുകൊണ്ടുതന്നെ തന്റെ ഗണിതശാസ്ത്ര ഗവേഷണങ്ങൾ തുടരുവാൻവേണ്ട സൗകര്യങ്ങൾ അദ്ദേഹം ചെയ്തുകൊടുത്തു. പ്രസിദ്ധ ഗണിത ശാസ്ത്രജ്ഞനും ഇന്ത്യൻ മിറ്റിയറോളജിക്കൽ ഡിപ്പാർട്ടുമെന്റിന്റെ തലവനുമായിരുന്ന ഡോ. ഗിൽബർട്ട് വാക്കർ ആയിടെ മദ്രാസ് പോർട്ട്

ട്രസ്റ്റ് സന്ദർശിച്ചു. രാമാനുജന്റെ ഗണിതശാസ്ത്ര ഗവേഷണങ്ങളെപ്പറ്റി അടുത്തറിയാൻ ഇടയായ അദ്ദേഹം ആ യുവശാസ്ത്രജ്ഞനെ അഭിനന്ദിക്കുകയുംചെയ്തു.

1913 ഫെബ്രുവരിയിൽ ഡോ. വാക്കർ മദ്രാസ് യൂണിവേഴ്സിറ്റി വൈസ് ചാൻസലർക്ക് ഒരു കത്ത് അയച്ചു. രാമാനുജന് ഒരു സ്കോളർഷിപ്പ് അനുവദിച്ച്, ഗണിത ശാസ്ത്ര ഗവേഷണത്തെ പ്രോത്സാഹിപ്പിക്കണമെന്ന് കത്തിൽ അദ്ദേഹം നിർദ്ദേശിച്ചു. എന്തായാലും പ്രബന്ധങ്ങളെ അതിജീവിച്ച് ആ നിർദ്ദേശം അവസാനം അംഗീകരിക്കപ്പെട്ടു.

1913 മെയ് 1 ന് പ്രതിമാസം 75 രൂപ സ്റ്റൈപ്പെന്റിൽ ഒരു ഗവേഷണ വിദ്യാർത്ഥിയായി രാമാനുജൻ മദ്രാസ് സർവ്വകലാശാലയിൽ ചേർന്നു. അതിനുമുമ്പ് അദ്ദേഹം, കേംബ്രിഡ്ജ് സർവ്വകലാശാലയിൽ അദ്ധ്യാപകനും അക്കാലത്ത് ഏറെ പ്രശസ്തനുമായിരുന്ന പ്രൊഫ, ജി എച്ച് ഹാർഡിക്ക് ഒരു കത്ത് അയച്ചിരുന്നു. രാമാനുജൻ തന്റെ കത്തിൽ ഗണിതശാസ്ത്രത്തിലെ നൂറിൽപ്പരം ഗഹനങ്ങളായ സിദ്ധാന്തങ്ങളുടെ വിവരമാണ് വിശദമാക്കിയിരുന്നത്. പ്രൊഫ. ഹാർഡി രാമാനുജന്റെ കത്ത് സസൂക്ഷ്മം വായിച്ചു. പ്രതിഭാശാലിയായ ഒരു വിദ്യാർത്ഥിയാണ് രാമാനുജനെന്ന് അദ്ദേഹത്തിനു മനസ്സിലായി. അദ്ദേഹം രാമാനുജനെപ്പറ്റി അന്വേഷിക്കുകയും കേംബ്രിഡ്ജിൽ വന്നാൽ ഗവേഷണത്തിനുള്ള എല്ലാ സൗകര്യങ്ങളും സഹായവും നല്കാമെന്ന് അറിയിക്കുകയും ചെയ്തു. പ്രൊഫ. ഹാർഡിയാണ് രാമാനുജനിലെ ഗണിത ശാസ്ത്ര പ്രതിഭയെ യഥാർത്ഥത്തിൽ കണ്ടെത്തിയത്.

കേംബ്രിഡ്ജിലെ ഒരു ഗണിതശാസ്ത്രജ്ഞനായ ഇ എച്ച് നെവില്ലി ആയിടെ മദ്രാസ് സർവ്വകലാശാലയിൽ ഒരു വിസിറ്റിങ് ലക്ചററായി എത്തി. രാമാനുജനെപ്പറ്റി പ്രൊഫ. ഹാർഡി തന്നെ നെവില്ലിയോട് വിശദമായി സംസാരിച്ചിരുന്നു. നെവില്ലിയുടെ ശ്രമഫലമായി മദിരാശി സർവ്വകലാശാലാ സിൻഡിക്കേറ്റ് രാമാനുജന് ഒരു വാർഷിക സ്കോളർഷിപ്പ് അനുവദിക്കുകയും അദ്ദേഹത്തെ ഇംഗ്ലണ്ടിലേക്ക് ഗവേഷണത്തിന് അയയ്ക്കാൻ തീരുമാനിക്കുകയും ചെയ്തു.

ഇംഗ്ലണ്ടിൽ

1914 മാർച്ച് 17 ന് നെവില്ലിയോടൊപ്പം രാമാനുജൻ ഇംഗ്ല ണ്ടിലേക്ക് കപ്പൽ കയറി. മെയ് 13 ന് അവർ ഇംഗ്ലണ്ടിൽ എത്തി. ഇംഗ്ലണ്ടിലെ താമസവും ജീവിതരീതികളും രാമാനുജന് ഒട്ടും ഇഷ്ടമായില്ല. സസ്യഭുക്കായി കഴിയാൻ അദ്ദേഹം തീരുമാനിച്ചു. ആഹാരം സ്വയം പാചകം ചെയ്ത് കഴിക്കുവാനും തുടങ്ങി. യൂറോപ്യൻ വസ്ത്രധാരണ രീതിയും അദ്ദേഹത്തിന് അസ്വസ്ഥ തകളുളവാക്കി. മതാനുഷ്ഠാനങ്ങളിലും ദിനചര്യകളിലും ഒരു വിട്ടുവീഴ്ചയ്ക്കും രാമാനുജൻ തയ്യാറായില്ല. ഒരു താത്ത്വിക മനോഭാവത്തോടെയാണ് എല്ലാറ്റിനേയും അദ്ദേഹം വീക്ഷിച്ച ത്. പ്രൊഫ. ഹാർഡി അദ്ദേഹത്തിന് സാന്ത്വനമേകുകയും ചെയ്തു. ഒന്നാം ലോകമഹായുദ്ധം നടന്നുകൊണ്ടിരുന്ന ഒരു കാലയളവായിരുന്നു അത്.

രാമാനുജന്റെ മാന്ത്രിക ചതുരം

22	12	18	87
88	17	9	25
10	24	89	16
19	86	23	11

നേരെയും കുറുകെയും കോണോടുകോണും കൂട്ടിനോക്കി യാൽ ഒരു കൃത്യ സംഖ്യ ലഭിക്കുമെന്നതായിരുന്നു മാന്ത്രികച്ച തുരത്തിന്റെ പ്രത്യേകത. രാമാനുജന്റെ ജന്മദിനമായ 1887 ഡിസം ബർ 22 ആയിരുന്നു മാന്ത്രിക ചതുരത്തിന്റെ ആകൃതി (22-12 -1887) 139 ആയിരുന്നു സ്ഥിര സംഖ്യ. ഓരോ കോളത്തിലെയും സംഖ്യ നേരെയും കുറുകെയും കോണോടുകോണും കൂട്ടിയാൽ 139 തന്നെ ലഭിക്കുമെന്നതാണ് ഈ മാന്ത്രികചതുരത്തിന്റെ സവി ശേഷത. സാംഖ്യാശാസ്ത്രത്തിലെ അതികായനായി പില്ക്കാ ലത്ത് അറിയപ്പെട്ട പി സി മഹലനോബിസ് എന്ന ഇന്ത്യൻ

വിദ്യാർത്ഥി അക്കാലത്ത് കിങ്സ് കോളേജിൽ പഠിക്കുകയായിരുന്നു. ഇന്ത്യയിലെ സ്റ്റാറ്റിസ്റ്റിക്സ് രംഗത്തെ അതികായനായി മാറിയ പി സി മഹലനോബിസാണ് 1930 ൽ ഇന്ത്യൻ സ്റ്റാറ്റിസ്റ്റിക്കൽ ഇൻസ്റ്റിറ്റ്യൂട്ട് കല്ക്കത്തയിൽ സ്ഥാപിച്ചത്.

കേംബ്രിഡ്ജിലെ വൻ ഗ്രന്ഥശേഖരം രാമാനുജനിൽ അത്ഭുതമുളവാക്കി. മോഡുലാർ സമവാക്യങ്ങളും സമ്മിശ്ര ഗുണനവും തുടർഭിന്നിതങ്ങളും മറ്റും രാമാനുജൻ സ്വന്തം നിലയിൽത്തന്നെ കണ്ടെത്തി. രാമാനുജന്റെ സിദ്ധികളെയും ചില കാര്യങ്ങളിലെ അജ്ഞതയെയും പറ്റി ഹാർഡി നന്നായി ബോധവാനായിരുന്നു. അദ്ദേഹം രാമാനുജന് മാർഗ്ഗനിർദ്ദേശം നല്കുകയും പല ഗണിത ശാസ്ത്രപാഠങ്ങൾ അഭ്യസിപ്പിക്കുകയും ചെയ്തു.

1914 ൽ ആഗസ്തിൽ ഒന്നാം ലോക മഹായുദ്ധം ആരംഭിക്കുന്നതിനു മുമ്പുവരെ ശാസ്ത്രജ്ഞരായ ഹാർഡിയും ലിറ്റിൽവുഡും രാമാനുജനും ഒന്നിച്ചിരുന്ന് പല ഗണിത ശാസ്ത്രപ്രശ്നങ്ങളെപ്പറ്റിയും ചർച്ച നടത്തിയിരുന്നു. 1914 മുതൽ 1917 വരെ പ്രൊഫ. ഹാർഡിയോടൊപ്പം വിശ്രമരഹിതനായി രാമാനുജൻ പ്രവർത്തിച്ചു. ഒട്ടേറെ ഗണിതശാസ്ത്ര പ്രശ്നങ്ങൾക്ക് അദ്ദേഹം സ്വയം ഉത്തരം കണ്ടെത്തി. 1916 ൽ കേംബ്രിഡ്ജ് സർവ്വകലാശാലയിൽനിന്ന് രാമാനുജന് ഓണററി ബി എ ബിരുദം ലഭിച്ചു. 1918 ജനുവരി 24 ന് ഫെലോ ഓഫ് ദി റോയൽ സൊസൈറ്റി (FRS) എന്ന ബഹുമതിയും രാമാനുജന് ലഭിക്കുകയുണ്ടായി. ഗവേഷണ രംഗത്ത് പ്രവർത്തിക്കുന്ന ശാസ്ത്രകാരന്മാർക്ക് അക്കാലത്തു ലഭിക്കാവുന്നതിൽവച്ച് ഏറ്റവും വലിയ ബഹുമതിയായിരുന്നു FRS. അതോടെ രാമാനുജന്റെ കീർത്തി ലോകം മുഴുവൻ വ്യാപിച്ചു.

1917 ആയപ്പോഴേക്കും രാമാനുജന്റെ ആരോഗ്യം ക്ഷയിക്കാൻ തുടങ്ങി. ഇംഗ്ലണ്ടിലെ ജീവിതം തനിക്ക് തുടരാൻ കഴിയില്ലെന്ന് അദ്ദേഹത്തിനു ബോദ്ധ്യമായി. കാലാവസ്ഥ, ഭക്ഷണകാര്യങ്ങൾ, മാനസിക പിരിമുറുക്കം ഇവയെല്ലാം അദ്ദേഹത്തെ ദുർബ്ബലനാക്കി.

1917 മെയ് മാസത്തിൽ രാമാനുജന്റെ രോഗവിവരം പ്രൊഫ.

ഹാർഡി മദ്രാസ് സർവ്വകലാശാലയെ അറിയിച്ചു. രോഗചികിത്സയ്ക്കായി ഇന്ത്യയിലേക്ക് മടങ്ങേണ്ടത് ആവശ്യമാണെന്ന് സൂചിപ്പിച്ചു. അതിനിടെ കേംബ്രിഡ്ജിലെ ഒരു നഴ്സിങ് ഹോമിൽ രാമാനുജന്റെ ചികിത്സ ആരംഭിച്ചിരുന്നു. പിന്നീട് പല സാനട്ടോറിയങ്ങളിൽ രാമാനുജനെ മാറി മാറി ചികിത്സയ്ക്കു വിധേയനാക്കി. എങ്കിലും രോഗത്തിന് ശമനമുണ്ടായില്ല. 1918 അവസാനമായപ്പോഴേക്കും രാമാനുജന്റെ രോഗം ക്ഷയരോഗമാണെന്ന് (ടി ബി) സ്ഥിരീകരിക്കപ്പെട്ടു. തുടർന്ന് ഇംഗ്ലണ്ട് വിടാനുള്ള തീരുമാനവുമെടുത്തു.

1919 ഫെബ്രുവരി 27 ന് രാമാനുജൻ ഇന്ത്യയിലേക്ക് കപ്പൽ കയറി. മാർച്ച് 22 ന് ബോംബെയിൽ എത്തി. തുടർന്ന് അവിടെ നിന്ന് കുംഭകോണത്തേക്ക് വരികയും കുടുംബത്തോടൊപ്പം താമസമാക്കുകയുംചെയ്തു. ചികിത്സ തുടരുന്നതിനൊപ്പംതന്നെ രാമാനുജൻ തന്റെ ഗവേഷണങ്ങൾ പുനരാരംഭിക്കുകയും ചെയ്തു. ഗണിതശാസ്ത്രമല്ലാതെ മറ്റൊന്നും അദ്ദേഹത്തിന്റെ ചിന്താമണ്ഡലത്തിൽ ഉണ്ടായിരുന്നില്ല. താൻ ഗവേഷണം തുടരുന്നതായി കാണിച്ചുകൊണ്ട് പ്രൊഫ. ഹാർഡിക്ക് അദ്ദേഹം കത്ത് അയച്ചു. ചികിത്സ തുടരുമ്പോൾ ഗവേഷണം മുടങ്ങാതിരിക്കാൻ അദ്ദേഹം കൂടുതൽ ശ്രദ്ധിച്ചു.

രോഗം വഷളായതിനെത്തുടർന്ന് കുംഭകോണത്തുനിന്ന് മദ്രാസിലേക്ക് അദ്ദേഹത്തെ കൊണ്ടുപോയി. 1920 ഏപ്രിൽ 26 ന് 32-ാം വയസ്സിൽ ഗണിതശാസ്ത്രത്തിലെ ആ മാന്ത്രികൻ മരണത്തിനു കീഴടങ്ങി. കടൽകടന്ന് പോയതിന്റെ പേരിൽ ബന്ധുക്കൾ ശവസംസ്കാരച്ചടങ്ങിൽ പങ്കെടുത്തില്ല. രാമാനുജന്റെ മരണശേഷം വിധവയായി തന്നെ ജീവിച്ച ഭാര്യ ജാനകി 1994 ലാണ് അന്തരിച്ചത്.

നല്ലൊരു ഈശ്വരവിശ്വാസിയായിരുന്നു രാമാനുജൻ. തന്റെ കഴിവുകൾ ഇഷ്ടദേവതയായ നാമക്കൽ സരസ്വതിയുടെ വരദാനമാണെന്ന് അദ്ദേഹം ആത്മാർത്ഥമായി വിശ്വസിച്ചിരുന്നു. അന്ത്യ നിമിഷംവരെ ആ ഭക്തി അദ്ദേഹം നിലനിർത്തുകയും ചെയ്തു.

കണക്കിലെ മാന്ത്രികൻ

സംഖ്യാശാസ്ത്രത്തിൽ ഇത്ര നിപുണനായ മറ്റൊരാൾ ഉണ്ടായിട്ടില്ലെന്ന് പ്രൊഫ. ഹാർഡി പ്രസ്താവിച്ചിട്ടുണ്ട്. എല്ലാ സംഖ്യകൾക്കും അതാതിന്റെ സവിശേഷതകളുള്ളതായി രാമാനുജൻ ചൂണ്ടിക്കാട്ടിയിരുന്നു. സംഖ്യകൾ കൊണ്ടുള്ള കളികൾ അദ്ദേഹത്തിന് ഒരു വിനോദമായിരുന്നു. 'മനുഷ്യ കമ്പ്യൂട്ടർ' എന്ന് വിശേഷിപ്പിക്കാവുന്നത്ര ബുദ്ധി വൈഭവമാണ് രാമാനുജന് ഉണ്ടായിരുന്നത്. ഗണിതശാസ്ത്രരംഗത്തെ ഈ വിശ്വപ്രതിഭയെ അപ്പോഴേക്കും ലോകംതിരിച്ചറിഞ്ഞിരുന്നു.

ദേശീയഗണിതവർഷം

ആധുനിക ഭാരതത്തിലെ ഏറ്റവും പ്രശസ്ത ഗണിശാസ്ത്രജ്ഞനായിരുന്ന ശ്രീനിവാസ രാമാനുജന്റെ 125-ാം ജന്മവാർഷികം പ്രമാണിച്ച് അദ്ദേഹത്തിന്റെ ജന്മദിനമായ 2012 ഡിസംബർ 22 ന് ദേശീയ ഗണിത ദിനമായി എല്ലാവർഷവും ആചരിക്കാനും 2012 ദേശീയ ഗണിതവർഷമായി ആഘോഷിക്കാനും തീരുമാനിച്ചത് അന്ന് പ്രധാനമന്ത്രിയായിരുന്ന ഡോ. മൻമോഹൻ സിങ് ആണ്.

ഇന്നത്തെക്കാലത്ത് ഗണിതശാസ്ത്രം പഠിപ്പിക്കാനോ, ഗണിതശാസ്ത്രജ്ഞനാകാനോ ആർക്കും താല്പര്യമില്ല എന്ന വസ്തുത നാം ഓർക്കേണ്ടതാണ്. എന്നാൽ പ്രപഞ്ചത്തെ ആകമാനം നിയന്ത്രിക്കുന്നതും ഭരിക്കുന്നതും ഗണിതശാസ്ത്രമാണുതാനും. ഈ സ്ഥിതിക്ക് മാറ്റംവരുമെന്ന ലക്ഷ്യത്തിലാണ് ഗണിതവർഷം ആഘോഷിക്കാൻ തീരുമാനിച്ചതെന്ന് അന്ന് കേന്ദ്ര സർക്കാർ വ്യക്തമാക്കുകയുണ്ടായി.

രാമാനുജന്റെ നിഗൂഢ സമവാക്യങ്ങൾ

ഇന്ത്യൻ ഗണിതശാസ്ത്രജ്ഞ പ്രതിഭയായ ശ്രീനിവാസ രാമാനുജൻ മരണക്കിടക്കയിൽനിന്ന് രൂപം കൊടുത്ത നിഗൂഢ സിദ്ധാന്തങ്ങൾ ശരിയെന്ന് തൊണ്ണൂറിലേറെ വർഷങ്ങൾക്കു ശേഷം തെളിഞ്ഞതായി 2012 ഡിസംബറിൽ ലണ്ടനിൽ പ്രഖ്യാപിക്കപ്പെട്ടു.

തമോഗർത്തങ്ങളെക്കുറിച്ചുള്ള പഠനത്തിൽ ഈ സിദ്ധാന്തങ്ങൾ വളരെയധികം പ്രയോജനപ്പെടുമെന്നും അമേരിക്കൻ ഗവേഷകർ കണ്ടെത്തിയതായി ബ്രിട്ടീഷ് ദിനപത്രം *ഡെയ്‌ലി മെയിൽ* റിപ്പോർട്ടു ചെയ്തു.

1920 ൽ മരണക്കിടക്കയിൽ നിന്ന് തന്റെ ഗുരുവും ബ്രിട്ടീഷ് ഗണിതശാസ്ത്രജ്ഞനുമായ പ്രൊഫ. ജി എച്ച് ഹാർഡിക്ക് അയച്ച കത്തിൽ രാമാനുജൻ ചില പുതിയ സമവാക്യങ്ങൾ അവതരിപ്പിച്ചിരുന്നു. അന്നേവരെ കേട്ടുകേൾവിയില്ലാത്ത ഈ ഗണിതസമവാക്യങ്ങൾ തനിക്ക് സ്വപ്നദർശനമായി ലഭിച്ചതാണെന്നു രാമാനുജൻ കത്തിൽ പറഞ്ഞിരുന്നു.

ഇക്കാലമത്രയും നിഗൂഢമായി തുടർന്ന സമവാക്യങ്ങളുടെ താക്കോൽ പൂട്ടു തുറന്നതായി യു എസിലെ എമറി സർവ്വകലാശാലയിലെ ഗവേഷകൻ കെൻ ഓനോയെ ഉദ്ധരിച്ച് *ഡെയ്‌ലി മെയിൽ* റിപ്പോർട്ടു ചെയ്തു. രാമാനുജന്റെ കാലത്ത് ഇല്ലായിരുന്ന ആധുനിക ഗണിത സാങ്കേതങ്ങളുപയോഗിച്ചാണ് ഓനോയും സഹപ്രവർത്തകരും ഇതു സാധിച്ചെടുത്തത്.

രാമാനുജൻ മുന്നോട്ടുവച്ച സിദ്ധാന്തങ്ങൾ അങ്ങേയറ്റം ശരിയായിരുന്നുവെന്ന് ഞങ്ങൾ തെളിയിച്ചത്, അവ ഇക്കാലത്തും അതീവ പ്രസക്തവും ഉപയോഗപ്രദവുമാണെന്ന കണ്ടെത്തൽ ഞങ്ങളെ ഞെട്ടിച്ചുകളഞ്ഞു എന്നുമാണ് ഓനോ പറഞ്ഞത്.

തമോഗർത്തങ്ങളെക്കുറിച്ചുള്ള പുതിയ കണ്ടെത്തലുകളിലേക്ക് ശാസ്ത്രലോകത്തെ നയിക്കാൻ ഈ സിദ്ധാന്തങ്ങൾക്കു കഴിഞ്ഞേക്കുമെന്നും അദ്ദേഹം സൂചിപ്പിച്ചു. രാമാനുജൻ സമവാക്യങ്ങൾ രൂപപ്പെടുത്തിയ കാലത്ത് തമോഗർത്തങ്ങളെപ്പറ്റി ആർക്കും കേട്ടുകേൾവിപോലും ഉണ്ടായിരുന്നില്ലെന്നും ഓനോ ചൂണ്ടിക്കാട്ടി.

ഹ്രസ്വമെങ്കിലും സംഭവബഹുലമായിരുന്നു ശ്രീനിവാസരാമാനുജന്റെ ജീവിതകാലം. ഒരു മഹാരോഗത്തിന് അടിപ്പെട്ടപ്പോഴും നിരാശ കാട്ടാതെ തന്റെ ഇഷ്ടവിഷയമായ ഗണിതശാസ്ത്രത്തിനു തന്നെക്കൊണ്ട് ആവുന്നത്ര മുതൽക്കൂട്ടുകൾ നല്കുവാനാണ് അദ്ദേഹം ശ്രമിച്ചത്. നൂറുവർഷം ജീവിച്ചിരുന്നാലും പലർക്കും സാധിക്കാത്ത എത്രയോ മഹാകാര്യങ്ങളാണ് കേവലം മുപ്പത്തിരണ്ടു വർഷംകൊണ്ട് അദ്ദേഹം ചെയ്തുതീർത്തത്.

ജീവിതരേഖ

1887 ഡിസംബർ 22. ജനനം തമിഴ്നാട്ടിലെ ഈറോഡിൽ.
അച്ഛൻ: ശ്രീനിവാസ അയ്യർ
അമ്മ: കോമളാമ്മാൾ

1897 പ്രാഥമിക വിദ്യാഭ്യാസം. പരീക്ഷ ജയിക്കുന്നു

1903 ഡിസംബർ മെട്രിക്കുലേഷൻ പാസായി.

1904 കുംഭകോണം ഗവ. കോളേജിൽ എഫ് എ ആദ്യവർഷ വിദ്യാർത്ഥി

1905 കുട്ടിയെ കാണാനില്ല എന്ന പരസ്യം *ഹിന്ദു* പത്രത്തിൽ പ്രസിദ്ധീകരിച്ചു.

1906 പച്ചയ്യപ്പാസ് കോളേജിൽ

1909 ജൂലൈ. വിവാഹിതനാകുന്നു. (വധു ജാനകിക്ക് 10 വയസ്സ്)

1912 മദ്രാസ് പോർട്ട്ട്രസ്റ്റിൽ അക്കൗണ്ടന്റ്

1913 മേയ് 1. മദ്രാസ് യൂണിവേഴ്സിറ്റി സ്കോളർഷിപ്പ് ലഭിക്കുന്നു.

1914 മാർച്ച് 17. മദ്രാസിൽ നിന്ന് ലണ്ടനിലേക്ക്

1914 മേയ് 13. ലണ്ടനിൽ എത്തുന്നു.

1916 കേംബ്രിഡ്ജ് യൂണിവേഴ്സിറ്റിയിൽനിന്ന് ബി എ ഡിഗ്രി

1918 രോഗബാധിതനാകുന്നു.

1918 റോയൽസൊസൈറ്റി ഫെലോഷിപ്പ്

1919 ഫെബ്രുവരി 27. ഇന്ത്യയിലേക്കു മടങ്ങുന്നു.

1919 ഏപ്രിൽ 2. മദ്രാസിൽ താമസമാക്കുന്നു.

1920 ജനുവരി 12. പ്രൊഫ. ഹാർഡിക്ക് കത്ത് അയയ്ക്കുന്നു.

1920 ഏപ്രിൽ 26. നിര്യാതനാകുന്നു.

ഡോ. ബീർബൽ സാഹ്നി

സമപ്രായക്കാരായ മറ്റുകുട്ടികളിലില്ലാത്ത ചില സവിശേഷതകൾ ആ ബാലനുണ്ടായിരുന്നു. തികച്ചും സൗമ്യനായ കുട്ടി. എന്നാൽ പ്രകൃതിഭംഗി നോക്കിക്കൊണ്ട് മണിക്കൂറുകൾ ചെലവഴിക്കാൻ ഒട്ടും മടിയില്ലാത്ത കുട്ടി. സസ്യങ്ങളെ നിരീക്ഷിച്ചുകൊണ്ട് എത്രനേരം വേണമെങ്കിലും അവൻ ഇരിക്കും. പ്രകൃതിസൗന്ദര്യം വഴിഞ്ഞൊഴുകുന്ന ഗ്രാമപ്രദേശങ്ങളിലേക്ക് ഉല്ലാസയാത്ര പോകാൻ അവൻ ഉത്സുകനായിരുന്നു. അവന്റെ അച്ഛൻ ഇടയ്ക്കിടയ്ക്ക് അവനുമൊത്ത് അത്തരം യാത്രകൾ നടത്തിക്കൊണ്ടുമിരുന്നു. മലയിടുക്കുകളിലും പുൽപ്പരപ്പുകളിലും, ചതുപ്പുനിലങ്ങളിലുമെല്ലാം അവൻ ഓടിനടക്കും. ശിശുസഹജമായ കൗതുകം കൊണ്ടാകും കുട്ടി ഇങ്ങനെയൊക്കെ ചെയ്യുന്നതെന്നേ, അന്ന് എല്ലാവരും കരുതിയിരുന്നുള്ളൂ. എന്നാൽ ലോകപ്രശസ്തനായ ഒരു സസ്യശാസ്ത്രജ്ഞനായി ഈ കുട്ടി വളർന്നുവരുമെന്ന് അക്കാലത്ത് ആരും കരുതിയിരുന്നില്ല. പില്ക്കാലത്ത് യുഗങ്ങൾക്കുമുമ്പ് മൺമറഞ്ഞ സസ്യജാലങ്ങളുടെ അസ്ഥിപഞ്ജരങ്ങൾ തേടിപ്പിടിച്ച്, പരിണാമചരിത്രത്തിലെ ഇരുളടഞ്ഞ ഏടുകളിൽ സഞ്ചരിച്ച്, അവയെപ്പറ്റി ഗവേഷണം നടത്തി നൂതനങ്ങളായ പല അറിവുകളും വെളിച്ചത്തുകൊണ്ടുവന്ന് ലോക

പ്രശസ്തനായി മാറിയ ബീർബൽ സാഹ്നിയായിരുന്നു ഈ കൊച്ചുകുട്ടി.

1891 നവംബർ 14 ന് പഞ്ചാബിലെ ശഹനാപൂർ ജില്ലയിൽ (ഇപ്പോൾ പാകിസ്ഥാനിൽ) പെട്ട ബഹേരയിലാണ് ബീർബൽ സാഹ്നി ജനിച്ചത്. അച്ഛൻ രുചിറാം സാഹ്നി. അമ്മ ഈശ്വർദേവി. കോളേജ് പ്രൊഫസറായിരുന്ന പിതാവ് തന്റെ അഞ്ചുമക്കളെയും ലണ്ടനിൽ അയച്ചാണ് ഉന്നതവിദ്യാഭ്യാസം ചെയ്യിച്ചത് എന്ന വസ്തുത ഏറെ ശ്രദ്ധേയമാണ്. ചെറുപ്പത്തിൽതന്നെ ചില സവിശേഷതകളുള്ള കുട്ടിയായിരുന്നു ബീർബൽ. പ്രകൃതി നിരീക്ഷണത്തോടൊപ്പം ഓരോ പ്രദേശത്തിന്റെയും ഭൂവിജ്ഞാന സംബന്ധമായ സവിശേഷതകളും അവൻ ശ്രദ്ധിക്കാൻ തുടങ്ങിയിരുന്നു.

സ്വാതന്ത്ര്യസമര കാലഘട്ടമായിരുന്നു അത്. രുച്ചിറാം സാഹ്നി ചിന്തയിലും പ്രവൃത്തിയിലും ഒരു ദേശീയ വാദിയായിരുന്നു. ജാലിയൻവാലാ ബാഗ് കൂട്ടക്കൊലക്കെതിരെ ശബ്ദമുയർത്തുവാൻ അദ്ദേഹം മുൻപന്തിയിലുണ്ടായിരുന്നു. മകനായ ബീർബലും ദേശസ്നേഹിയായ ഒരു ഭാരതീയനായിട്ടാണ് വളർന്നുവന്നത്. ദേശീയനേതാക്കളായ മോത്തിലാൽ നെഹ്റു, ഗോപാലകൃഷ്ണ ഗോഖലെ, ശ്രീനിവാസ ശാസ്ത്രി തുടങ്ങിയവർ രുചിറാമിന്റെ ഗൃഹത്തിൽ പലപ്പോഴും അതിഥികളായി എത്തിയിരുന്നു.

ബീർബലിന്റെ പ്രാഥമിക വിദ്യാഭ്യാസം ലാഹോറിലെ വിദ്യാലയത്തിലായിരുന്നു. തുടർന്ന് അദ്ദേഹം ലാഹോർ സർവ്വകലാശാലയിൽ ചേർന്നു. സസ്യശാസ്ത്രമായിരുന്നു അദ്ദേഹത്തിന്റെ ഏറ്റവും പ്രിയപ്പെട്ട വിഷയം. പ്രൊഫ. ശിവറാം കശ്യപിന്റെ ശിഷ്യനായി സസ്യശാസ്ത്രപഠനം നിർവ്വഹിച്ച അദ്ദേഹത്തിന് സസ്യങ്ങളോട് ഒരു ആരാധനാ മനോഭാവമാണ് ഉണ്ടായിരുന്നത്. പുതുതായി ഏതു ചെടി കണ്ടാലും അത് പിഴുതെടുത്ത് തന്റെ വീട്ടുവളപ്പിൽ നട്ടുവളർത്തുക അദ്ദേഹത്തിന്റെ പതിവായിരുന്നു. കൂടാതെ സസ്യങ്ങൾ സ്റ്റഫ് ചെയ്ത് സൂക്ഷിക്കുക. ചില പ്രത്യേകതരം ചെടികൾ നട്ടുവളർത്തുക എന്നിവയും ബീർബലിന്റെ സ്വഭാവമായിരുന്നു

കണിക്കൊന്ന ബീർബലിന് ഏറ്റവും പ്രിയപ്പെട്ട ഒരു ചെടിയായിരുന്നു. സ്വർണ്ണവർണ്ണമുള്ള അതിന്റെ പൂക്കൾ അദ്ദേഹത്തിന് ഒരു ഹരം തന്നെയായിരുന്നു. സ്വർണ്ണവർണ്ണമുള്ള കൊന്ന ച്ചെടിയുടെ പൂക്കളോടൊപ്പം കൊന്നച്ചെടിയുടെ ഔഷധമൂല്യങ്ങളെപ്പറ്റിയും അദ്ദേഹത്തിന് നല്ല ജ്ഞാനമുണ്ടായിരുന്നു. സ്വന്തം വീട്ടുവളപ്പിൽ അദ്ദേഹം നട്ടുവളർത്തിയ കൊന്നമരത്തെ എത്രമാത്രം സ്നേഹിച്ചിരുന്നുവെന്ന് പറയാൻ പ്രയാസമാണ്.

1911 ൽ ലാഹോർ സർവ്വകലാശാലയിൽനിന്ന് സസ്യശാസ്ത്രത്തിൽ ബിരുദം നേടിയ ബീർബൽ ഉപരിപഠനത്തിനായി ഇംഗ്ലണ്ടിലേക്കു പോയി. 1913 ൽ ലണ്ടനിൽ എത്തിയ അദ്ദേഹം കേംബ്രിഡ്ജിലെ ഇമ്മാനുവൽ കോളേജിലാണ് പഠനം ആരംഭിച്ചത്. 1915 ൽ അവിടെനിന്ന് സസ്യശാസ്ത്രത്തിൽ ട്രൈപോസ്. ഓണേഴ്സ് ബിരുദം സമ്പാദിച്ചു. തുടർന്ന് പ്രഗത്ഭ സസ്യശാസ്ത്രജ്ഞനായിരുന്ന എ സി സീവാർഡിന്റെ കീഴിൽ ഗവേഷണ വിദ്യാർത്ഥിയായി പഠനം തുടങ്ങി. മൺമറഞ്ഞുപോയ സസ്യജാലങ്ങളെപ്പറ്റിയായിരുന്നു അദ്ദേഹത്തിന്റെ ഗവേഷണം. 1919 ൽ കേംബ്രിഡ്ജിൽ നിന്ന് അദ്ദേഹം ഡോക്ടർ ഓഫ് സയൻസ് ബിരുദം നേടി. ഒന്നാം ലോക മഹായുദ്ധം അവസാനിച്ച കാലയളവായിരുന്നു അത്.

ഉപരിപഠനത്തിനു ശേഷം നാട്ടിൽ തിരിച്ചെത്തിയ ബീർബൽ സാഹ്നി, ബനാറസ് ഹിന്ദു സർവ്വകലാശാലയിൽ ഒരു അദ്ധ്യാപകനായി നിയമിക്കപ്പെട്ടു. 1920 ൽ *ട്രാൻസാക്ഷൻസ്* ജേണലിൽ അദ്ദേഹത്തിന്റെ ഗവേഷണ പ്രബന്ധം പ്രസിദ്ധീകരിക്കപ്പെട്ടു. 1921 ൽ ലഖ്നൗ സർവ്വകലാശാലയിൽ ബോട്ടണി പ്രൊഫസറായി സാഹ്നി നിയമിക്കപ്പെടുകയും 1949 വരെ അദ്ദേഹം ആ സ്ഥാനത്ത് തുടരുകയും ചെയ്തു.

ബോർഡിൽ ഇരുകൈകൾ കൊണ്ടും ഒരുപോലെ മനോഹരമായ ചിത്രങ്ങൾ വരച്ചിരുന്ന അദ്ദേഹം കുട്ടികൾക്ക് ഒരു അത്ഭുതമായിരുന്നു. സസ്യശാസ്ത്രത്തിൽ തന്റേതായ സംഭാവനകൾ നല്കുവാനാണ് സാഹ്നി യത്നിച്ചത്. ലിബ്സന്റെ സസ്യശാസ്ത്ര ഗ്രന്ഥം കാലാനുസൃതമായി നവീകരിച്ചത് അക്കൂട്ടത്തിൽ ശ്രദ്ധേ

യമായ ഒരു പ്രവർത്തനമായിരുന്നു. ഈ ഗ്രന്ഥം ഇപ്പോഴും ഒരു പ്രാമാണികഗ്രന്ഥമായി പരിഗണിക്കപ്പെടുന്നു.

പാലിയത്തോളജി അഥവാ വംശനാശം സംഭവിച്ച സസ്യങ്ങളുടെ ഘടനയും വംശീയ ബന്ധങ്ങളും വ്യക്തമാക്കുന്ന ശാസ്ത്രശാഖയിലാണ് സാഹ്നി തന്റെ സവിശേഷമായ ശ്രദ്ധ കേന്ദ്രീകരിച്ചത്. ഈ പ്രവർത്തനങ്ങളുമായി ബന്ധപ്പെട്ട വടക്കേ ഇന്ത്യയിലെ കുന്നുകളും താഴ്വാരങ്ങളും ചതുപ്പു നിലങ്ങളുമെല്ലാം അദ്ദേഹം താണ്ടിക്കൊണ്ടിരുന്നു. എത്ര ദുർഘടമായ വഴികളിലൂടെയും സഞ്ചരിക്കുവാൻ അദ്ദേഹത്തിന് യാതൊരു മടിയും ഉണ്ടായിരുന്നില്ല. സസ്യജാലങ്ങളുടെ സാമ്പിളുകൾ ശേഖരിക്കുകയും അവയുടെ സവിശേഷതകൾ തന്റെ വിദ്യാർത്ഥികൾക്ക് വിശദമാക്കിക്കൊടുക്കുകയും ചെയ്യുവാൻ അദ്ദേഹം ഏറെ താല്പര്യം പ്രകടിപ്പിച്ചു. പഠനയാത്രകൾ അദ്ദേഹത്തിന് ഒരു തീർത്ഥാടനം പോലെയായിരുന്നു.

ഈ ഭൂമുഖത്ത് മനുഷ്യൻ ജനിക്കുന്നതിന് എത്രയോ സംവത്സരങ്ങൾമുമ്പ് വളർന്നിരുന്ന സസ്യജാലങ്ങളെപ്പറ്റിയാണ് അദ്ദേഹത്തിന്റെ ഗവേഷണം മുന്നേറിയത്. പല വിലപ്പെട്ട വിവരങ്ങളും പുറത്തുകൊണ്ടുവരാനും അദ്ദേഹത്തിനു കഴിഞ്ഞു. ഹിമാലയ സാനുക്കളിൽ സഞ്ചരിച്ച് അവിടെ വളരുന്ന സൂക്ഷ്മ സസ്യങ്ങൾ അദ്ദേഹം ശേഖരിച്ചു. ഫോസിലുകൾ നോക്കി അവ ഏതു കാലഘട്ടത്തിൽ വളർന്നിരുന്ന സസ്യമാണെന്നും അവയ്ക്ക് പരിണാമഫലമായി പില്ക്കാലത്ത് എന്തെന്തു രൂപഭേദങ്ങൾ സംഭവിച്ചുവെന്നും മറ്റുമുള്ള വിവരങ്ങൾ അദ്ദേഹം കണ്ടെത്തുകയുണ്ടായി.

ഒരു സസ്യശാസ്ത്രജ്ഞനായിരുന്നിട്ടും ലളിതമായ ജീവിതം നയിക്കാനാണ് അദ്ദേഹം ഇഷ്ടപ്പെട്ടിരുന്നത്. ഖദർ വസ്ത്രവും ഗാന്ധിത്തൊപ്പിയും ധരിച്ചെത്തുന്ന ഈ ശാസ്ത്രജ്ഞനെ ആദരവോടെയാണ് മറ്റുള്ളവർ വീക്ഷിച്ചിരുന്നത് ഒറ്റനോട്ടത്തിൽ ഒരു ഗൗരവസ്വഭാവക്കാരനായി അദ്ദേഹത്തെപ്പറ്റി ചിലർക്ക് തോന്നിയിരുന്നെങ്കിലും നല്ലൊരു സഹൃദയനും ഫലിതപ്രിയനുമായിരുന്നു സാഹ്നി. അക്ബർ ചക്രവർത്തിയുടെ രാജസദസ്സിലെ ഹാസ്യസാമ്രാട്ടായിരുന്ന ബീർബലിനെപ്പോലെ ബീർബൽ

സാഹ്നിയും നല്ലൊരു തമാശക്കാരനായിരുന്നു. 'തമാശക്കാരൻ മാമൻ' എന്ന് കുട്ടികൾ അദ്ദേഹത്തെ വിളിച്ചിരുന്നതും അതു കൊണ്ടായിരുന്നു.

സാഹ്നിയുടെ കോട്ടിന്റെ പോക്കറ്റിൽ ഒരു കുട്ടിക്കുരങ്ങിന്റെ രൂപം അദ്ദേഹം സ്ഥിരമായി കൊണ്ടു നടക്കുമായിരുന്നു. 1913 ൽ ജർമ്മനിയിൽ വച്ചാണ് ഈ കളിപ്പാട്ടം അദ്ദേഹം കണ്ടെത്തിയത്. അതിനോട് എന്തെന്നില്ലാത്ത ഒരു അടുപ്പം തോന്നിയതിനാൽ അദ്ദേഹം അതുവിലയ്ക്കു വാങ്ങി. 'ജിപ്പി' എന്ന ഓമനപ്പേരിൽ പിന്നീട് അത് അദ്ദേഹത്തിന്റെ സന്തതസഹചാരിയായിത്തീർന്നു. ഈ 'ടോയ്മങ്കി' അദ്ദേഹത്തിന്റെ ജീവിതത്തിന്റെ ഒരു ഭാഗമായി മാറിയത് രസകരമത്രേ.

കേംബ്രിഡ്ജിൽ പഠിക്കുന്ന കാലത്ത് സാഹ്നി ഹോക്കിയും ടെന്നീസും കളിക്കുമായിരുന്നു. സംഗീതത്തോടു താല്പര്യമുണ്ടായിരുന്ന അദ്ദേഹം, ഗിത്താറും വയലിനും വായിച്ചിരുന്നു. നല്ലൊരു ചിത്രകാരനുമായിരുന്നു അദ്ദേഹം. നാണയവിജ്ഞാനം, പുരാതത്ത്വശാസ്ത്രം എന്നീ മേഖലകളിലും അദ്ദേഹം ഗവേഷണങ്ങൾ നടത്തിയിരുന്നു.

അദ്ധ്യാപകൻ എന്ന നിലയിൽ വിദ്യാർത്ഥികൾക്ക് ഏറെ പ്രിയങ്കരനായിരുന്നു സാഹ്നി. എത്ര തിരക്കിനിടയിലും വിദ്യാർത്ഥികൾക്ക് ക്ലാസുകൾ എടുക്കാൻ അദ്ദേഹം ആഗ്രഹിച്ചിരുന്നു അദ്ദേഹത്തിന്റെ ഭാര്യ സാവിത്രി സാഹ്നി, ഭർത്താവിന്റെ ഗവേഷണങ്ങൾക്ക് താങ്ങും തണലുമായി പ്രവർത്തിച്ചു.

അഹമ്മദാബാദ് സർവ്വകലാശാലയിൽ ശാസ്ത്രവിഭാഗത്തിന്റെ തലവനായും കുറേക്കാലം സാഹ്നി പ്രവർത്തിക്കുകയുണ്ടായി. 1936 ൽ ലണ്ടനിലെ റോയൽ സൊസൈറ്റി അദ്ദേഹത്തെ ഫെലോ ആയി അംഗീകരിക്കുകയുണ്ടായി. പല അന്താരാഷ്ട്ര സമ്മേളനങ്ങളിൽ പങ്കെടുത്തിരുന്ന അദ്ദേഹം ഒട്ടേറെ അന്താരാഷ്ട്ര സംഘടനകളിലും അംഗവുമായിരുന്നു. 1940 ൽ ഇന്ത്യൻ സയൻസ് കോൺഗ്രസ് പ്രസിഡന്റായി അദ്ദേഹം തിരഞ്ഞെടുക്കപ്പെട്ടു. 1947 ൽ സ്റ്റോക്ക് ഹോമിൽ ചേർന്ന സർവ്വരാജ്യസസ്യശാസ്ത്രസമ്മേളനത്തിന്റെ അദ്ധ്യക്ഷപദം അലങ്കരിച്ചത് സാഹ്നിയാണ്. ജീവശാസ്ത്രപരമായ ഗവേഷണങ്ങൾ നടത്തിയതിന്

ലോകപ്രശസ്തമായ 'ബാർക്ളെ മെഡൽ' അദ്ദേഹത്തിനു ലഭിക്കുകയുണ്ടായി.

ലഖ്നൗവിൽ പാലിയന്തോളജിക്കൽ ഗവേഷണശാല സ്ഥാപിക്കുവാനുള്ള ശ്രമത്തിലായിരുന്നു അവസാനകാലത്ത് അദ്ദേഹം. പാലിയോ ബോട്ടണിയുടെ വളർച്ചയ്ക്കായി ഒരു ട്രസ്റ്റ് രൂപീകരിക്കുകയും തന്റെ സർവ്വസ്വത്തുവകകളും പുസ്തകങ്ങളും അമൂല്യങ്ങളായ ഫോസിലുകളുടെ വൻശേഖരവും ട്രസ്റ്റിന് കൈമാറുകയുമുണ്ടായി. 1949 ഏപ്രിൽ 3 ന് പ്രധാനമന്ത്രി ജവഹർലാൽ നെഹ്റു ഈ സ്ഥാപനത്തിന്റെ ശിലാസ്ഥാപനം നിർവ്വഹിച്ചു. തുടർന്ന് നിർമ്മാണവും തുടങ്ങി. എന്നാൽ ഏപ്രിൽ 9 ന് സാഹ്നി പെട്ടെന്ന് നിര്യാതനായത് ഏറെ ദുഃഖകരമായിരുന്നു. ഗവേഷണാലയം നിർമ്മിക്കുന്ന സ്ഥലത്തുതന്നെ അദ്ദേഹത്തിന്റെ ഭൗതികശരീരം അടക്കംചെയ്യുകയുണ്ടായി.

പിന്നീട് അദ്ദേഹത്തിന്റെ സഹധർമ്മിണി സാവിത്രി സാഹ്നി സ്ഥാപനത്തിന്റെ ഭരണച്ചുമതല ഏറ്റെടുക്കുകയും മന്ദിര നിർമ്മാണം പൂർത്തിയാക്കുകയും ചെയ്തു. 1952 ൽ പ്രധാനമന്ത്രി ജവഹർലാൽ നെഹ്റു ഇൻസ്റ്റിറ്റ്യൂട്ട് ഓഫ് പാലിയോ ബോട്ടണി ഉദ്ഘാടനം ചെയ്തു.

കോടിക്കണക്കിനു വർഷങ്ങൾക്കു മുമ്പ് ഈ ഭൂമുഖത്ത് വളരുകയും കാലാന്തരത്തിൽ നാശോന്മുഖമാവുകയും ചെയ്ത അപുഷ്പികളായ സസ്യങ്ങളെ ലോകത്തിന്റെ പലഭാഗങ്ങളിൽനിന്ന് കണ്ടെത്തുകയും അവയെ വീണ്ടും മെനഞ്ഞെടുക്കുകയും ചെയ്തു എന്നതാണ് ഈ മഹാനായ കാർഷിക ശാസ്ത്രജ്ഞന്റെ ജീവിതത്തിലെ മഹത്തായ നേട്ടം. ഇത്, സസ്യങ്ങളുടെയും ജന്തുക്കളുടെയും പരിണാമകാലത്തെ പല സങ്കീർണ്ണതകളും വെളിച്ചത്തുകൊണ്ടുവരാൻ സഹായിക്കുകയും ചെയ്തു. ശാസ്ത്ര ലോകത്ത് പല നൂതനങ്ങളായ കണ്ടുപിടുത്തങ്ങൾക്കും ഈ ശാസ്ത്രശാഖ വഴിതെളിച്ചു. പ്രകൃതിയുടെ രഹസ്യങ്ങൾ കണ്ടുപിടിക്കാനുള്ള ഒരു വലിയ പരിശ്രമമായിരുന്നു സാഹ്നി നടത്തിയിരുന്നത്. അദ്ധ്യാപനരംഗത്തും പ്രായോഗിക ഗവേഷണരംഗത്തും തന്റേതായ സംഭാവനകൾ നല്കിയ അദ്ദേഹം, പുരാസസ്യശാസ്ത്ര രംഗത്തെ അതുല്യനായ ഒരു ശാസ്ത്രജ്ഞനായി ഇന്നും ഗണിക്കപ്പെടുന്നു.

ജീവിതരേഖ

1891 നവംബർ 14. ജനനം ഷാംപൂരിലെ ബഹേരയിൽ
അച്ഛൻ: രുചിറാം സാഹ്നി
അമ്മ: ഈശ്വർ ദേവി

1911 ലാഹോർ സർവ്വകലാശാലയിൽനിന്ന് ബിരുദം

1913 ഉപരിപഠനാർത്ഥം ഇംഗ്ലണ്ടിൽ

1914 കേംബ്രിഡ്ജിൽനിന്ന് സസ്യശാസ്ത്രത്തിൽ ബിരുദം

1919 കേംബ്രിഡ്ജിൽനിന്ന് ഡോക്ടറേറ്റ്

1919 ബനാറസ് യൂണിവേഴ്സിറ്റി അദ്ധ്യാപകൻ

1920 ലാഹോർ സർവ്വകലാശാലാ പ്രൊഫസർ

1922 ലക്നൗ സർവ്വകലാശാലാ പ്രൊഫസർ

1930 കേംബ്രിഡ്ജിൽ അന്താരാഷ്ട്ര ബൊട്ടോണിക്കൽ കോൺഗ്രസിൽ വൈസ് പ്രസിഡന്റ്

1935 ആംസ്റ്റർഡാമിൽ അന്താരാഷ്ട്ര ബൊട്ടാണിക്കൽ കോൺഗ്രസ് വൈസ് പ്രസിഡന്റ്

1936 റോയൽ സൊസൈറ്റി ഫെലോ

1940 ഇന്ത്യൻ സയൻസ് കോൺഗ്രസ് പ്രസിഡന്റ്

1946 ജുറാസിക് കാലത്തെ സസ്യഫോസിലുകൾ കണ്ടെത്തുന്നു.

1947 സ്റ്റോക്ക് ഹോമിൽ സർവ്വരാജ്യ സസ്യശാസ്ത്ര സമ്മേളനത്തിൽ അദ്ധ്യക്ഷൻ

1949 ഏപ്രിൽ 9. നിര്യാതനാവുന്നു.

ഹോമി ജഹാംഗീർ ഭാഭ

അണുശക്തി ഗവേഷണ രംഗത്തു പ്രവേശിക്കുവാൻ ഭാരതത്തിന്റെ ശ്രമങ്ങൾക്ക് കളമൊരുക്കിയ പ്രശസ്ത ആണവ ശാസ്ത്രജ്ഞനായിരുന്നു ഹോമി ജഹാംഗീർ ഭാഭ. ഇന്ത്യൻ ആണവ ഗവേഷണത്തിന്റെ പിതാവ് എന്നറിയപ്പെടുന്ന അദ്ദേഹം, ആണവോർജ്ജത്തിന്റെ പ്രാധാന്യത്തെക്കുറിച്ച് ഭാരതത്തെ ബോദ്ധ്യപ്പെടുത്തി എന്നതാണ് എടുത്തുപറയേണ്ട വസ്തുത. ഇന്ത്യയിലെ ആണവോർജ്ജ പദ്ധതികളുടെ ശില്പി എന്ന നിലയിൽ അദ്ദേഹത്തിന്റെ സേവനങ്ങൾ ഭാരതത്തിന് ഒരിക്കലും മറക്കാവുന്നതുമല്ല. ന്യൂക്ലിയർ പ്ലാന്റ് എന്ന ആശയം ലോകത്തെവിടെയും പ്രാവർത്തികമാക്കുന്നതിനു മുമ്പ് ഒരു ആറ്റമിക് എനർജി കമ്മീഷൻ ഭാരതത്തിൽ രൂപീകരിക്കപ്പെടുന്നതിന് ദീർഘവീക്ഷണത്തോടുകൂടിയ അദ്ദേഹത്തിന്റെ പ്രവർത്തനങ്ങളാണ് ഇന്ത്യക്ക് മുതൽക്കൂട്ടായത്.

1909 ഒക്ടോബർ 30 ന് ബോംബെയിലെ ഒരു സമ്പന്ന പാർസി കുടുംബത്തിലാണ് ഹോമി ജെ ഭാഭയുടെ ജനനം. പിതാവ് ജഹാംഗീർ ഹോർമാജി ഭാഭ, ഒരു അഭിഭാഷകനായിരുന്നു. മാതാവ് മെഹർബായ് ഫ്രെയിംജി പാൺഡെ. വ്യവസായ പ്രമുഖരായ ടാറ്റാ കുടുംബവുമായി ബന്ധമുള്ളവരായിരുന്നു ഭാഭയുടെ കുടുംബം. ചെറുപ്പത്തിൽ തന്നെ ഗ്രന്ഥപാരായണ

ത്തിലും, സുകുമാരകലകളിലും ഭാഭ താല്പര്യം പ്രകടിപ്പിച്ചു. മൈസൂറിലെ വിദ്യാഭ്യാസ ഇൻസ്പെക്ടർ ജനറലായിരുന്നു ഭാഭയുടെ മുത്തച്ഛൻ. അദ്ദേഹത്തിന്റെ വിപുലമായ ഗ്രന്ഥശേഖരമാണ് വായനയിലേക്ക് കുട്ടിയായ ഭാഭയെ നയിച്ചത്. പുസ്തകങ്ങൾ അദ്ദേഹത്തിന്റെ കളിക്കൂട്ടുകാരായി എന്നു പറയുന്നതാവും ശരി.

കവിതാരചനയിലും പെയിന്റിങ്ങിലും പാശ്ചാത്യ സംഗീതത്തിലും ആ കുട്ടി ഏറെ ആഹ്ലാദം കണ്ടെത്തി. ഗൃഹാന്തരീക്ഷം അതിന് യോജിച്ചതായിരുന്നതിനാൽ സമപ്രായക്കാരായ കുട്ടികളേക്കാൾ ബുദ്ധിവികാസവും പ്രായോഗിക പരിചയവും അദ്ദേഹത്തിനു സിദ്ധിക്കുകയുണ്ടായി. ശാസ്ത്രവിഷയങ്ങളോടു താല്പര്യം കാട്ടിയ അദ്ദേഹം, വീട്ടിൽ സ്വന്തമായി ഒരു ഗ്രന്ഥശേഖരം തന്നെ സജ്ജീകരിച്ചു.

ബോംബെയിലെ കത്തീഡ്രൽ സ്കൂൾ, ജോൺ കാനൺ ഹൈസ്കൂൾ എന്നിവിടങ്ങളിലായിരുന്നു ഭാഭയുടെ പ്രാഥമിക വിദ്യാഭ്യാസം. മകനെ ഒരു എഞ്ചിനീയറായി കാണണമെന്നതായിരുന്നു പിതാവിന്റെ മോഹം. എൽഫിൻസ്റ്റൺ കോളേജിലും ബോംബെ റോയൽ ഇൻസ്റ്റിറ്റ്യൂട്ട് ഓഫ് സയൻസിലും പഠിച്ച് ഉന്നതവിജയം നേടിയ ഭാഭ, ഉപരിപഠനത്തിനായി ഇംഗ്ലണ്ടിലേക്കുപോകാൻ സന്നദ്ധനായി.

1927 ൽ ഉപരിപഠനത്തിനായി ഭാഭ ഇംഗ്ലണ്ടിലേക്കുപോയി. അവിടെ കേംബ്രിഡ്ജ് യൂണിവേഴ്സിറ്റിയിലെ കയസ് കോളേജിൽ ചേർന്നു. മെക്കാനിക്കൽ എഞ്ചിനീയറിങ്ങിനാണ് ചേർന്നത്. എഞ്ചിനീയറിങ്ങിനേക്കാൾ ഭൗതിക ശാസ്ത്രത്തിലാണ് മകന് കൂടുതൽ താല്പര്യമെന്നു കാണിച്ച് അവിടുത്തെ ഗണിതശാസ്ത്ര പ്രൊഫസർ പോൾ സിറാക്ക് ഭാഭയുടെ പിതാവിന് കത്ത് അയച്ചു. എന്നാൽ സമർത്ഥനായ ഭാഭ 1930 ൽ എഞ്ചിനീയറിങ്ങിൽത്തന്നെ ഓണേഴ്സ് ബിരുദം ഒന്നാംസ്ഥാനം നേടി വിജയിച്ചു.

വൈജ്ഞാനികഗ്രന്ഥങ്ങളുടെ ഒരു വൻശേഖരം തന്നെ സർവ്വകലാശാല ഗ്രന്ഥാലയത്തിൽ ഉണ്ടായിരുന്നു. വിജ്ഞാനദാഹിയായ അദ്ദേഹം ഒട്ടേറെ ശാസ്ത്രഗ്രന്ഥങ്ങൾ വായിച്ചുതീർത്തു. ഊർജ്ജതന്ത്ര പരീക്ഷണങ്ങൾ നടത്തുന്നതിന് സുസ

ജ്ജമായ ഒരു ലാബറട്ടറിയും കേംബ്രിഡ്ജിൽ ഉണ്ടായിരുന്നു. പരീക്ഷണശാലയിൽ കൂടുതൽ സമയം ചെലവഴിച്ച അദ്ദേഹം, അവിടെ ഒരു ഗവേഷക വിദ്യാർത്ഥിയായി ചേർന്നു.

പ്രശസ്തരായ നിരവധി ശാസ്ത്രജ്ഞന്മാർ കാവൻഡിഷ് ലബോറട്ടറിയിൽ ഉണ്ടായിരുന്നു. അവരുമായി പരിചയപ്പെടാനും തന്റെ ശാസ്ത്രഗവേഷണങ്ങൾ ഫലപ്രദമായി മുന്നോട്ടുകൊണ്ടു പോകാനും അദ്ദേഹത്തിനു കഴിഞ്ഞു. അവിടുത്തെ പ്രസിദ്ധ അദ്ധ്യാപകനായ ജയിംസ് ചാഡ്വിക്, ഏണസ്റ്റ് വാൾട്ടൺ, പാട്രിക് ബ്ലാക്കറ്റ്, ജോൺകോക്ക് റോഫ്റ്റ് എന്നിവരുമായുള്ള പരിചയം തന്റെ ഗവേഷണം വിജയകരമായി പൂർത്തിയാക്കാൻ അദ്ദേ ഹത്തെ സഹായിച്ചു. അദ്ധ്യാപകരുടെ പ്രശംസ നേടിയതിലൂടെ ആ വിദ്യാർത്ഥിയുടെ കഴിവുകൾ അവർക്കു ബോദ്ധ്യമാവുകയും പ്രവർത്തനങ്ങളിൽ സന്തുഷ്ടി രേഖപ്പെടുത്തുകയും ചെയ്തു.

കോസ്മിക് കിരണങ്ങളിൽ താല്പര്യമുദിച്ച ഭാഭ, ആ വിഷ യത്തിൽ കൂടുതൽ പഠനവും നടത്തുകയുണ്ടായി. ശൂന്യാകാശ ത്തിൽനിന്നു വരുന്ന അദൃശ്യരശ്മികൾ വളരെ വേഗം സഞ്ചരി ക്കുന്നതായും, ഭൂമിയുടെ അന്തരീക്ഷത്തിൽ പ്രവേശിക്കുന്ന തോടെ കൂടുതൽ വികിരണം ചെയ്യപ്പെടുന്നതായും അദ്ദേഹം ക ണ്ടെത്തി. 1933 ൽ ഇരുപത്തിനാലം വയസ്സിൽ കോസ്മിക് രശ്മി കളുടെ ആഗിരണത്തെക്കുറിച്ചുള്ള അദ്ദേഹത്തിന്റെ ആദ്യ പ്രബന്ധം പ്രസിദ്ധീകരിക്കപ്പെട്ടു. ജർമ്മൻ സയൻസ് മാസിക യായ *ജേർണൽ ഓഫ് ഫിസിക്സി*ലാണ് പ്രബന്ധം അച്ചടിച്ചു വന്നത്.

1934 ൽ ഐസക് ന്യൂട്ടൻ സ്റ്റുഡന്റ്സ്ഷിപ്പു ലഭിച്ച ഭാഭയ്ക്ക് കോപ്പൻഹേഗിലെ ബോർഡ് ഇൻസ്റ്റിറ്റ്യൂട്ടിൽ ഗവേഷണം തുട രാൻ അവസരം ലഭിച്ചു. അവിടെ പ്രവർത്തിക്കുന്ന കാലത്താണ് ഇന്ത്യൻ ശാസ്ത്രജ്ഞനായ മേഘനാഥ് സാഹയുമായി അദ്ദേഹം പരിചയപ്പെട്ടത്. 1935 ൽ ഇലക്ട്രോൺ പോസിട്രോൺ വികിര ണത്തിന്റെ ക്രോസ് സെക്ഷൻ കണക്കാക്കുന്നതിനെപ്പറ്റിയുള്ള ഒരു ഗവേഷണ പ്രബന്ധം അദ്ദേഹം പ്രസിദ്ധീകരിച്ചു. കോപ്പൻഹേഗൻ ഇൻസ്റ്റിറ്റ്യൂട്ടിലെ പ്രവർത്തനകാലത്ത് കോസ്മിക് രശ്മികളുടെ ഭൂമിയിലേക്കുള്ള വരവിന്റെ രഹസ്യ

ങ്ങളിലേക്ക് വെളിച്ചം വിതറുന്ന പല ഗവേഷണ പ്രബന്ധങ്ങളും അദ്ദേഹം പ്രസിദ്ധപ്പെടുത്തുകയുണ്ടായി. 1935 ൽ ഊർജ്ജതന്ത്രത്തിൽ ഡോക്ടറേറ്റ് നേടിയ ഭാഭ, 1939 വരെ കേംബ്രിഡ്ജിൽ പഠന ഗവേഷണങ്ങൾ തുടരുകയുണ്ടായി.

1939 ൽ ഒരു ഒഴിവുകാലത്ത് ഭാഭ ഇന്ത്യയിൽ തിരിച്ചെത്തി. അപ്പോഴേക്കും രണ്ടാം ലോകമഹായുദ്ധം പൊട്ടിപ്പുറപ്പെട്ടിരുന്നു. അതിനാൽ ഇംഗ്ലണ്ടിലേക്ക് മടങ്ങിപ്പോകാൻ കഴിയാതെ വന്നു. തുടർന്ന് പ്രശസ്ത ശാസ്ത്രജ്ഞൻ ഡോ. സി വി രാമൻ ബാംഗ്ലൂരിലെ ഇന്ത്യൻ ഇൻസ്റ്റിറ്റ്യൂട്ട് ഓഫ് സയൻസിലേക്ക് ഭാഭയെ ക്ഷണിക്കുകയും അവിടെ താത്ത്വിക ദർശനവിഭാഗത്തിൽ ഒരു റീഡറായി നിയമിക്കുകയും ചെയ്തു.

ഗവേഷണത്തിൽ വീണ്ടും ശ്രദ്ധ കേന്ദ്രീകരിച്ച അദ്ദേഹം കോസ്മിക് രശ്മികൾ, മൗലികകണങ്ങൾ, ക്വാണ്ടം, ബലതന്ത്രം തുടങ്ങിയ മേഖലകളിൽ ശ്രദ്ധ കേന്ദ്രീകരിക്കുകയും ചെയ്തു. ശാസ്ത്രത്തിന്റെ നേട്ടങ്ങൾ സമൂഹത്തിന്റെ നന്മയ്ക്കുവേണ്ടി വിനിയോഗിക്കണമെന്ന സിദ്ധാന്തക്കാരനായിരുന്നു ഡോ. ഭാഭ. അദ്ദേഹത്തിന്റെ മാനവികതയും ദേശസ്നേഹവുമാണ് ഈ നിലയിൽ ചിന്തിക്കാൻ അദ്ദേഹത്തെ പ്രേരിപ്പിച്ചത്. അവിടെ ഒരു കോസ്മിക് റേ റിസർച്ച് യൂണിറ്റ് അദ്ദേഹം സ്ഥാപിച്ചു. 1941 ൽ അദ്ദേഹം ഫെലോ ഓഫ് റോയൽ സൊസൈറ്റിയായി തിരഞ്ഞെടുക്കപ്പെട്ടു. 1942 ൽ കോസ്മിക് വിഭാഗം പ്രൊഫസറായി അദ്ദേഹം നിയമിക്കപ്പെട്ടു.

ഭാരതത്തിന്റെ വികസനത്തിനുവേണ്ടി ആസൂത്രണം ചെയ്യേണ്ട പദ്ധതികളെപ്പറ്റി, വിദേശത്തു താമസിക്കുമ്പോൾ തന്നെ വ്യക്തമായ ഒരു കാഴ്ചപ്പാട് അദ്ദേഹത്തിന്റെ മനസ്സിൽ രൂപപ്പെട്ടിരുന്നു. ഇന്ത്യയിൽ മടങ്ങിയെത്തിയതോടെ ഇക്കാര്യത്തിൽ ഗാഢമായ ചിന്തകൾ അദ്ദേഹത്തിനുണ്ടായിരുന്നു. ആധുനിക ശാസ്ത്രസാങ്കേതികവിദ്യകളുടെ വെളിച്ചത്തിൽ ഇന്ത്യയുടെ വളർച്ചയ്ക്ക് അനുസൃതമായ പല നൂതന പദ്ധതികളും ആവിഷ്കരിക്കുവാനും പഠനത്തിനും ഗവേഷണത്തിനുമായി ഒരു സ്ഥാപനം ആവശ്യമാണെന്നും അദ്ദേഹത്തിനു ബോദ്ധ്യമായി. തുടർന്ന് ടാറ്റാ ട്രസ്റ്റിന്റെയും ജെ ആർ ഡി ടാറ്റയുടെ സഹായസ

ഹകരണങ്ങളോടെ 1945 ൽ ഭാഭയുടെ ശ്രമഫലമായി ടാറ്റാ ഫണ്ടമെന്റൽ റിസർച്ച് ഇൻസ്റ്റിറ്റ്യൂട്ട് എന്ന സ്ഥാപനം ബോംബെയിൽ സ്ഥാപിതമായി. ഇവിടെയും കോസ്മിക് റേ പഠനങ്ങൾ അദ്ദേഹം തുടർന്നുകൊണ്ടുപോയി. ഈ ഗവേഷണ സ്ഥാപനം വിവിധ ശാസ്ത്രവിഷയങ്ങളിൽ ഗവേഷണങ്ങൾ ആരംഭിച്ചതോടെ ഭാരതത്തിലെ ഏറ്റവും പ്രശസ്തമായ ഗവേഷണസ്ഥാപനമായി ഉയർന്നു.

ശാസ്ത്രവിഷയങ്ങളിൽ ഏറെ തല്പരനായിരുന്ന പ്രധാനമന്ത്രി ജവാഹർലാൽ നെഹ്റുവുമായി ഭാഭയ്ക്കുണ്ടായിരുന്ന അടുപ്പം ഏറെ ഗുണകരമായി ഭവിച്ചു. രണ്ടാം ലോകമഹായുദ്ധം ലോകമെമ്പാടും അനിശ്ചിതത്വവും അരക്ഷിതാവസ്ഥയും വളർത്തിയതോടെ ഭാവിയിൽ ആണവശക്തിയെ ആശ്രയിക്കാതെ സമാധാനകാലത്തും യുദ്ധകാലത്തും ഒരു രാഷ്ട്രത്തിന് നിലനില്ക്കാൻ കഴിയില്ലെന്ന തിരിച്ചറിവ് ഡോ. ഭാഭയ്ക്കുണ്ടായി. ഭാവിയിൽ ഭാരതത്തിന് ആണവശക്തിയെ ഉപയോഗപ്പെടുത്താതെ നിലനില്പില്ലെന്ന വസ്തുത ചൂണ്ടിക്കാട്ടി അദ്ദേഹം പ്രധാനമന്ത്രി ജവാഹർലാൽ നെഹ്റുവിന് ഒരു കത്തെഴുതി. തുടർന്ന് ഈ വിഷയം നെഹ്റു സജീവ പരിഗണനയിൽ എടുക്കുകയും ആണവോർജ്ജത്തെക്കുറിച്ച് പഠിക്കുന്നതിന് 1948 ൽ ഡോ. ഭാഭ ചെയർമാനായി ഒരു ആറ്റമിക് എനർജി കമ്മീഷൻ രൂപീകരിക്കുകയും ചെയ്തു. അന്ന് ലോകത്തൊരിടത്തും ന്യൂക്ലിയർ പ്ലാന്റ് സ്ഥാപിക്കപ്പെട്ടിരുന്നില്ല. ഇന്ത്യയുടെ ന്യൂക്ലിയർ പദ്ധതിക്ക് ഭാഭ തുടക്കം കുറിച്ചതോടെ ഈ രംഗത്തെ ഭാരതത്തിന്റെ ശ്രമങ്ങൾ ലോകശ്രദ്ധ ആകർഷിക്കാൻ തുടങ്ങി. ഡോ. ഭാഭയുടെ നൂതനാദർശങ്ങൾക്കും കർമ്മ പദ്ധതികൾക്കും പ്രധാനമന്ത്രി നെഹ്റുവിന്റെ കലവറയില്ലാത്ത പിന്തുണ ലഭിച്ചു. തുടർന്ന് ഡിപ്പാർട്ടുമെന്റ് ഓഫ് ആറ്റമിക് എനർജി എന്ന വകുപ്പിന്റെ സെക്രട്ടറിയായി ഡോ. ഭാഭ നിയമിക്കപ്പെട്ടു.

ഡോ. ഭാഭ സെക്രട്ടറിയായിരിക്കുമ്പോഴാണ് മഹാരാഷ്ട്രയിലെ ട്രോംബയിൽ ആദ്യമായി ഒരു അണുശക്തി ഉല്പാദനകേന്ദ്രം സ്ഥാപിക്കപ്പെട്ടത്. അപ്സര, സൈറസ്, സെലീന എന്നീ ആണവ റിയാക്ടറുകളുടെ സ്ഥാപനം ഭാഭയുടെ നേതൃത്വത്തിലാണ്

നടന്നത്. ഭാഭയുടെ പ്രശസ്ത സേവനത്തെ ആദരിച്ചുകൊണ്ട്, 1954 ൽ അദ്ദേഹത്തിന് രാഷ്ട്രം പത്മഭൂഷൺ ബഹുമതി നല്കി.

1956 ൽ അപ്സര റിയാക്ടറിന്റെ നിർമ്മാണം ആരംഭിക്കുമ്പോൾ, ഈ രംഗത്തു പ്രവേശിക്കുന്ന ആറാമത്തെ ലോകരാഷ്ട്രമായി ഇന്ത്യ മാറുകയുണ്ടായി. അമേരിക്ക, റഷ്യ, ഫ്രാൻസ്, ബ്രിട്ടൻ, ക്യാനഡ എന്നീ രാഷ്ട്രങ്ങളിൽ മാത്രമേ അന്ന് ആണവ റിയാക്ടറുകൾ പ്രവർത്തനക്ഷമമായിരുന്നുള്ളു. ആണവോർജ്ജ പഠന ഗവേഷണ മേഖലകളിലെ പ്രവർത്തനങ്ങൾ ക്രോഡീകരിക്കുന്നതു സംബന്ധിച്ച് 1954 ൽ ഭാഭ തയ്യാറാക്കിയ രേഖ അടിസ്ഥാനമാക്കിയാണ് അണുശക്തി രംഗത്ത് പിന്നീടുള്ള ഇന്ത്യയുടെ പ്രവർത്തനങ്ങൾ ക്രമീകരിക്കപ്പെട്ടത്. 1957 ൽ ഏഷ്യയിലെ ആദ്യത്തെ ആണവ റിയാക്ടറായ അപ്സര, പ്രധാനമന്ത്രി ജവാഹർലാൽ നെഹ്റു രാഷ്ട്രത്തിനു സമർപ്പിച്ചു. തുടർന്ന് 1965 ൽ പ്ലൂട്ടോണിയം പ്ലാന്റും പ്രവർത്തനക്ഷമമായി. ഇലക്ട്രോണിക്സ്, ബഹിരാകാശ ശാസ്ത്രം, റേഡിയോ അസ്ട്രോണമി, മൈക്രോബയോളജി എന്നീ ആധുനിക ശാസ്ത്രവിഷയങ്ങളിലെല്ലാം ഭാഭ അതീവ തല്പരനായിരുന്നു.

ഡോ. ഭാഭയുടെ നേതൃത്വത്തിൽ ആണവരംഗത്ത് ഇന്ത്യക്കുണ്ടായ കുതിച്ചുകയറ്റം, പല വിദേശരാഷ്ട്രങ്ങൾക്കും ഇഷ്ടമായിരുന്നില്ല. അദ്ദേഹത്തിന്റെ അർപ്പണമനോഭാവത്തോടുകൂടിയ പ്രവർത്തനങ്ങൾ, ഭാവിയിൽ ഇന്ത്യക്ക് മുതൽക്കൂട്ടാവുകയും ചെയ്തു.

സാധാരണ പൊതുജനങ്ങളുമായി ഇടപഴകാൻ ശാസ്ത്രജ്ഞന്മാർ തയ്യാറായിരുന്നില്ല. എന്നാൽ ഡോ. ഭാഭ ഇതിൽനിന്നു തികച്ചും വിഭിന്നനായിരുന്നു. ജനങ്ങളുമായി സംവദിക്കാനും ഇടപഴകാനും അവരുടെ പ്രശ്നങ്ങൾ സശ്രദ്ധം കേൾക്കുവാനും അദ്ദേഹം സമയം കണ്ടെത്തിയിരുന്നു. നല്ലൊരു പ്രഭാഷകൻ കൂടിയായിരുന്നു അദ്ദേഹം.

1960 ൽ രണ്ടാമത്തെ ആണവറിയാക്ടറും 1961 ൽ മൂന്നാമത്തെ ആണവ റിയാക്ടറും സ്ഥാപിക്കപ്പെട്ടു. മഹാരാഷ്ട്രയിലെ താരാപ്പൂർ, രാജസ്ഥാനിലെ റാണാപ്രതാപ് സാഗർ, തമിഴ്നാട്ടിലെ കൽപ്പാക്കം എന്നിവിടങ്ങളിൽ അണുശക്തി നിലയങ്ങൾ

സ്ഥാപിക്കപ്പെട്ടു. ഇവയ്ക്ക് ആവശ്യമായ സംപുഷ്ട യുറേനിയവും ഇന്ത്യയിൽതന്നെ നിർമ്മിക്കപ്പെടുകയുമുണ്ടായി.

ചെറുപ്പം മുതൽതന്നെ സാഹിത്യത്തിലും അദ്ദേഹം അതീവ താല്പര്യം പ്രകടിപ്പിച്ചിരുന്നു. സംഗീതം, നൃത്തം, പെയിന്റിങ്, സ്കെച്ചിങ് എന്നിവയിലുള്ള അദ്ദേഹത്തിന്റെ താല്പര്യത്തോടൊപ്പം ടെന്നീസ്, റോയിങ്, ട്രക്ക് റണ്ണിങ് എന്നിവയിലും അദ്ദേഹം പങ്കെടുക്കുമായിരുന്നു.

1965 ൽ റേഡിയോ ടെലസ്ക്കോപ്പ് സ്ഥാപിക്കാൻ ഊട്ടി തെരഞ്ഞെടുത്തതിനു പിന്നിൽ അദ്ദേഹത്തിന്റെ പ്രകൃതി സൗന്ദര്യാരാധനാ മനോഭാവവും പ്രകടമായിരുന്നു. ശാസ്ത്രത്തിനുവേണ്ടി സ്വജീവിതം ഉഴിഞ്ഞുവച്ച അദ്ദേഹം അവസാനം വരെ ഒരു അവിവാഹിതനായിട്ടാണ് കഴിഞ്ഞിരുന്നത് എന്നതും ശ്രദ്ധേയമത്രെ.

വിയന്നയിൽവച്ചുനടക്കുന്ന ഇന്റർനാഷണൽ അറ്റോമിക് എനർജി എജൻസിയുടെ ഒരു യോഗത്തിൽ പങ്കെടുക്കാനായി നടത്തിയ വിദേശയാത്രയ്ക്കിടയിൽ 1966 ജനുവരി 24 ന് മൗണ്ട് ബ്ലാങ്കിലെ ആൽപ്സ് പർവ്വതനിരകളിൽ വച്ചുണ്ടായ ഒരു വിമാനാപകടത്തിൽ ഡോ. ഭാഭ കഥാവശേഷനായി. അദ്ദേഹത്തിന്റെ ആകസ്മിക നിര്യാണത്തെപ്പറ്റി പല ദുരൂഹതകളും അന്ന് റിപ്പോർട്ട് ചെയ്യപ്പെട്ടിരുന്നു. ഇന്ത്യയുടെ ആണവ ഗവേഷണ പദ്ധതികൾക്ക് ഡോ. ഭാഭയുടെ തിരോധാനം കനത്ത ആഘാതമായിരുന്നു എന്നു പറയേണ്ടതില്ലല്ലോ.

ഒട്ടേറെ ശാസ്ത്രപ്രബന്ധങ്ങളുടെ കർത്താവായ ഡോ. ഭാഭ, *ക്വാണ്ടം തിയറി, എലിമെന്ററി ഫിസിക്കൽ പാർട്ടിക്കിൾസ്, കോസ്മിക് റേഡിയേഷൻസ്* തുടങ്ങിയ ഗ്രന്ഥങ്ങൾ രചിച്ചിട്ടുണ്ട്. ഈ ശാസ്ത്ര ഗ്രന്ഥങ്ങൾ ഈ രംഗത്തെ ശ്രദ്ധേയമായ സംഭാവനകളാണ്. അദ്ദേഹത്തിന്റെ നിര്യാണത്തിനു ശേഷം 1974 ലാണ് രാജസ്ഥാനിൽ ഇന്ത്യയുടെ ആദ്യത്തെ അണുവിസ്ഫോടനം നടന്നതെങ്കിലും അതിന്റെ പ്രാരംഭ പ്രവർത്തനങ്ങൾക്ക് ഭാഭയാണ് തുടക്കം കുറിച്ചിരുന്നത്.

1951 ൽ ഇന്ത്യൻ സയൻസ് കോൺഗ്രസിന്റെ പ്രസിഡന്റായി ഭാഭ പ്രവർത്തിച്ചിട്ടുണ്ട്. "ട്രോംബെയിലേക്കു മടങ്ങുക, മാതൃഭൂമിയിലേക്കുമടങ്ങുക!' ഭാഭയുടെ പ്രശസ്തമായ ഒരു മുദ്രാവാ

ക്യമായിരുന്നു. ഡോ. ഹോമി ജെ ഭാഭയുടെ ബഹുമാനാർത്ഥം 1967 ജനുവരിയിൽ ട്രോംബെയിലെ അറ്റോമിക് എനർജി എസ്റ്റാബ്ലിഷ്മെന്റിന് ഭാഭ അറ്റോമിക് റിസർച്ച് സെന്റർ (BARC) എന്നു പുനർനാമകരണം ചെയ്യുകയുണ്ടായി. ബോംബെയിലെ ഭാഭാ ഓഡിറ്റോറിയം, കല്ക്കത്തയിലെ ഭാഭാ പ്ലാനറ്റോറിയം എന്നിവ മഹാനായ ഈ ഭാരതപുത്രന്റെ നിത്യസ്മാരകങ്ങളായി ഇന്നും പ്രവർത്തിക്കുന്നു.

ജീവിതരേഖ

1909 ഒക്ടോബർ 30. ജനനം ബോംബെയിൽ.
അച്ഛൻ: ജഹാംഗീർ ഹോർമാജി ഭാഭ
അമ്മ: മെഹർബായ് ഫ്രെയിംജി പാണ്ഡെ

1927 ഉപരിപഠനത്തിന് ഇംഗ്ലണ്ടിൽ

1930 കേംബ്രിഡ്ജിൽനിന്ന് ബിരുദം നേടുന്നു

1935 ഊർജ്ജതന്ത്രത്തിൽ ഡോക്ടറേറ്റ്

1939 ഇന്ത്യയിൽ തിരിച്ചെത്തുന്നു

1940 ഇന്ത്യൻ ഇൻസ്റ്റിറ്റ്യൂട്ട് ഓഫ് സയൻസിൽ റീഡർ

1041 റോയൽ ഇൻസ്റ്റിറ്റ്യൂട്ടിന്റെ ഫെലോഷിപ്പ്

1948 കോസ്മിക് വിഭാഗം പ്രൊഫസർ

1945 ടാറ്റാ ഫണ്ടമെന്റൽ ഇൻസ്റ്റിറ്റ്യൂട്ട് സ്ഥാപിക്കുന്നു.

1948 അണുശക്തി വകുപ്പ് സെക്രട്ടറി

1954 പത്മഭൂഷൺ ബഹുമതി

1956 കേന്ദ്രഗവൺമെന്റിന്റെ ശാസ്ത്രോപദേഷ്ടാവ്

1957 ആദ്യത്തെ അണു റിയാക്ടർ അപ്സര പ്രവർത്തനക്ഷമമാകുന്നു.

1963 താരാപൂരിലെ ആണവനിലയ സ്ഥാപനം

1965 പ്ലൂട്ടോണിയം പ്ലാന്റ് കമ്മീഷൻ ചെയ്യുന്നു

1966 ജനുവരി 24. ആൽപ്സ് പർവ്വതനിരയിൽവച്ച് വിമാനാപകടത്തിൽ മരണം.

സുബ്രഹ്മണ്യം ചന്ദ്രശേഖർ

ആയിരത്തിത്തൊള്ളായിരത്തി മുപ്പതിൽ ഭാരതത്തിനു വേണ്ടി പ്രഥമ ശാസ്ത്ര നോബൽ പുരസ്കാരം നേടിയ ഡോ. സി വി രാമന്റെ അനന്തരവനാണ്, 1983 ൽ ശാസ്ത്രനോബൽ പുരസ്കാരം നേടിയ എസ് ചന്ദ്രശേഖർ എന്ന സുബ്രഹ്മണ്യം ചന്ദ്രശേഖർ.

പ്രപഞ്ചത്തിൽ എത്രയോ നക്ഷത്രങ്ങളെയാണ് നഗ്നനേത്രങ്ങൾകൊണ്ട് ദിനംതോറും നാം കണ്ടുകൊണ്ടിരിക്കുന്നത്. ആകാശത്ത് പുതിയ പുതിയ നക്ഷത്രങ്ങൾ പിറവിയെടുക്കുന്നതിനൊപ്പം മറ്റു ചില നക്ഷത്രങ്ങൾ മരണമടയുകയും ചെയ്യുന്നുണ്ട് എന്നതാണ് വസ്തുത. കോടിക്കണക്കിന് ഗാലക്സികൾ പ്രപഞ്ചത്തിൽ ഉണ്ട്. കോടിക്കണക്കിന് നക്ഷത്രങ്ങളും നെബുലകളും ചേർന്നതാണ് ഓരോ ഗാലക്സിയും എന്നുപറയാം. പൊടിപടലങ്ങളും വാതകങ്ങളുമടങ്ങിയ മേഘപടലത്തെ നെബുലകൾ എന്നാണ് വിളിക്കാറുള്ളത്. ഈ നെബുലകളാണ് നക്ഷത്രങ്ങളുടെ ജന്മഗൃഹം എന്നുപറയാം.

നെബുലകളിൽനിന്നു നക്ഷത്രങ്ങൾ ജന്മമെടുക്കുന്നത് ആശ്ചര്യകരമായ ഒരു പ്രതിഭാസം തന്നെ. നെബുലയിലെ മേഘപടലം ഗുരുത്വാകർഷണത്താൽ സങ്കോചിക്കുന്നതോടെ ചെറുഗോളരൂപത്തിൽ ആയിത്തീരുന്നു. തുടർന്ന് സമീപത്തുള്ള മറ്റു

പദാർത്ഥങ്ങളും ഈ ഗോളത്തിൽ വന്നുപതിച്ച് ക്രമേണ ഗോളാകൃതിക്ക് വലിപ്പം വർദ്ധിക്കുന്നു. വാതകഗോളത്തിന്റെ സാന്ദ്രത ക്രമേണ വർദ്ധിക്കുന്നതോടൊപ്പം സ്വയം ഉള്ളിലേക്ക് സങ്കോചിക്കുകയും ചെയ്യും. സങ്കോചത്തിന്റെ അന്ത്യമാകുമ്പോൾ വാതക പദാർത്ഥങ്ങൾ തമ്മിൽ കൂട്ടിയിടിച്ച് വലിയതോതിൽ താപം ഉയരുന്നു. തുടർന്ന് വാതകഗോളത്തിലെ ഹൈഡ്രജൻ കത്തിജ്വലിക്കുകയും ഹീലിയമായി മാറുകയും ചെയ്യും. അതോടെ ഒരു പുതിയ നക്ഷത്രം ജന്മമെടുക്കുന്നു.

ഗുരുത്വബലം കൂടുന്നതോടെ നക്ഷത്രത്തിന്റെ ഉൾക്കാമ്പ് വീണ്ടും സങ്കോചിക്കുന്നു. അതോടെ താപം വർദ്ധിക്കുകയും, ഈ ഘട്ടത്തിൽ ഹീലിയം കത്തിത്തുടങ്ങുകയും, ക്രമേണ ഹീലിയം എരിഞ്ഞടങ്ങി ചാരമായി മാറുകയും ചെയ്യും. നക്ഷത്രസങ്കോചം പൂർവ്വോപരി വർദ്ധിക്കുകയും നക്ഷത്രത്തിന് ഒരു പൊട്ടിത്തെറിയോടെ അന്ത്യമുണ്ടാവുകയും ചെയ്യും. ഈ പ്രതിഭാസത്തെ സൂപ്പർനോവ എന്നുവിളിക്കും. ഈ പൊട്ടിത്തെറിക്കുന്ന നക്ഷത്രങ്ങളാണ് വെള്ളക്കുള്ളന്മാരും തമോഗർത്തങ്ങളുമായിത്തീരുന്നത്.

നക്ഷത്രങ്ങളുടെ ഘടനയും പരിണാമവുമായി ബന്ധപ്പെട്ട കണ്ടുപിടുത്തത്തിനാണ് 1983 ൽ എസ് ചന്ദ്രശേഖറിന് ഭൗതികശാസ്ത്ര നോബൽ ലഭിച്ചത്. നക്ഷത്രങ്ങളുടെ ആയുസ്സിന്റെ അവസാനഘട്ടമായ വെള്ളക്കുള്ളന്മാർക്ക് (White Dwarfs) വരാവുന്ന പരമാവധി പിണ്ഡം (Mass) സൂര്യന്റെ 1.44 ഇരട്ടിയായിരിക്കുമെന്ന് അദ്ദേഹം കണ്ടെത്തി. ഈ പരിധി പിന്നീട് അദ്ദേഹത്തിന്റെ പേരിൽ (ചന്ദ്രശേഖർ പരിധി Chandra Sekhar Limit) അറിയപ്പെട്ടു. തമോഗർത്തങ്ങളെക്കുറിച്ചുള്ള (Blackholes) പഠനത്തിന് ചന്ദ്രശേഖറിന്റെ കണ്ടെത്തലുകൾ സഹായകരമായിത്തീരുകയും ചെയ്തു.

1910 ഒക്ടോബർ 19 ന് ബ്രിട്ടീഷ് ഇന്ത്യയിലെ ഇപ്പോൾ പാകിസ്ഥാനിലുള്ള ലാഹോറിലാണ് ചന്ദ്രശേഖറിന്റെ ജനനം. അച്ഛൻ സുബ്രഹ്മണ്യ അയ്യർ, സർക്കാരിന്റെ ഓഡിറ്റ് ആന്റ് അക്കൗണ്ട്സ് വകുപ്പിലെ ഒരു ഉദ്യോഗസ്ഥനായിരുന്നു. അമ്മ സീതാബാലകൃ

ഷ്ണൻ. ചന്ദ്രശേഖറിന്റെ പ്രാഥമിക വിദ്യാഭ്യാസം അച്ഛനമ്മമാരാണ് നിർവ്വഹിച്ചത്. 1918 ൽ ആ കുടുംബം ചെന്നൈയിലേക്ക് താമസം മാറ്റി. 1922 ൽ ചന്ദ്രശേഖർ ചെന്നൈ ഹിന്ദു ഹൈസ്കൂളിൽ ചേരുകയും, ഹൈസ്കൂൾ വിദ്യാഭ്യാസം അവിടെ പൂർത്തീകരിക്കുകയും ചെയ്തു. 1925 ൽ അദ്ദേഹം മദ്രാസ് പ്രസിഡൻസി കോളേജിൽ ചേർന്ന് ഭൗതിക ശാസ്ത്രത്തിൽ ബിരുദം സമ്പാദിച്ചു.

ചെറുപ്പം മുതൽതന്നെ ചന്ദ്രശേഖറിന് ഗണിതശാസ്ത്രത്തിൽ അസാമാന്യമായ സാമർത്ഥ്യമുണ്ടായിരുന്നു. ബിരുദവിദ്യാർത്ഥിയായിരിക്കുമ്പോഴാണ് ചന്ദ്രശേഖറിന്റെ ആദ്യത്തെ ഗവേഷണ പ്രബന്ധം 1928 ൽ ലണ്ടനിലെ റോയൽ സൊസൈറ്റിയുടെ പത്രികയിൽ പ്രസിദ്ധീകരിക്കപ്പെട്ടത്. ഈ പ്രബന്ധത്തിന്റെ മികവുകൂടി പരിഗണിച്ചാണ് കേംബ്രിഡ്ജിലെ ട്രിനിറ്റി കോളേജിൽ ആർ എച്ച് ഫൗളറുടെ മേൽനോട്ടത്തിൽ ഒരു ഗവേഷക വിദ്യാർത്ഥിയായി ചേരുവാൻ അദ്ദേഹത്തിന് അനുമതി ലഭിച്ചത്. 1933 ൽ അവിടെ നിന്ന് ഡോക്ടറേറ്റ് നേടിയതോടെ അദ്ദേഹം ശ്രദ്ധേയനായി. കേംബ്രിഡ്ജിൽ വിദ്യാഭ്യാസം ചെയ്യുമ്പോഴാണ് അസ്ട്രോ ഫിസിക്സ് മേഖലയിൽ ഗവേഷണം പുരോഗമിച്ചത്. സൂര്യന്റെ പിണ്ഡത്തിന്റെ 1.44 മടങ്ങ് ഏറെ പിണ്ഡമുള്ള നക്ഷത്രങ്ങൾ സ്വയം കത്തിയെരിഞ്ഞ് അവസാനം വെള്ളക്കുള്ളന്മാരായി മാറുമെന്ന അദ്ദേഹത്തിന്റെ നിഗമനം വളരെയേറെ ചർച്ച ചെയ്യപ്പെടുകയും, ഈ ഒന്നേ ദശാംശം നാല് നാല് എന്ന സംഖ്യ ചന്ദ്രശേഖർ ലിമിറ്റ് എന്ന് പ്രസിദ്ധമാവുകയും ചെയ്തു. ഗണിതസമവാക്യങ്ങളുടെ സഹായത്തോടെയായിരുന്നു ചന്ദ്രശേഖറിന്റെ ഈ നിഗമനം.

പ്രമുഖ ഖഗോള ശാസ്ത്രജ്ഞൻ ആർതർ എഡിങ് ടൺ, ചന്ദ്രശേഖറിന്റെ ഒരു വന്ദ്യസ്നേഹിതനായിരുന്നു അദ്ദേഹം രചിച്ച *നക്ഷത്രങ്ങളുടെ ആന്തരഘടന* ***(The Internal constitution of stars)*** എന്ന ഗ്രന്ഥം, ചന്ദ്രശേഖറിന്റെ ശ്രദ്ധയിൽപ്പെട്ടതോടെ, ഖഗോള ശാസ്ത്രത്തിൽ അക്കാലത്തെ അവസാനവാക്ക് എന്ന് സർവ്വരും പുകഴ്ത്തിയിരുന്ന എഡിങ്ടണിന്റെ

സിദ്ധാന്തങ്ങളിൽ ചില പോരായ്മകൾ ചന്ദ്രശേഖർ കണ്ടെത്തുകയുണ്ടായി. അതാണ് സ്വന്തം സിദ്ധാന്തം രൂപീകരിക്കാൻ അദ്ദേഹത്തിന് പ്രേരണയായായത്. 1985 ൽ റോയൽ സൊസൈറ്റിയിൽ ഇത് അവതരിപ്പിച്ചപ്പോൾ എഡിങ്ടൺ അതിനെ എതിർത്തത് ചന്ദ്രശേഖറിന് ഞെട്ടലുളവാക്കി. ഇത് അദ്ദേഹം ഒട്ടും പ്രതീക്ഷിച്ചിരുന്നതല്ല.

എല്ലാ നക്ഷത്രങ്ങളും അവസാന ഘട്ടത്തിൽ പൊട്ടിത്തെറിച്ച് ഭൂമിയോളം വലിപ്പമുള്ള വെള്ളക്കുള്ളന്മാരാവുമെന്നാണ് ആർതർ എഡിങ്ടൺ പ്രസ്താവിച്ചിരുന്നത്. ആപേക്ഷികസിദ്ധാന്തത്തിന്റെയും ക്വാണ്ടം ബലതന്ത്രത്തിന്റെയും സഹായത്തോടെ, ചന്ദ്രശേഖർ തന്റെ സിദ്ധാന്തം വിശദമാക്കി അവതരിപ്പിച്ചു. എന്നാൽ ഈ തത്ത്വം അംഗീകരിക്കാൻ പലർക്കും വിമുഖതയുണ്ടായിരുന്നതിനാൽ, ചന്ദ്രശേഖർ തന്റെ സിദ്ധാന്തത്തിൽ ഉറച്ചുനില്ക്കുകയുണ്ടായി. അക്കാലത്ത് ആരും ചന്ദ്രശേഖറിനെ തുണയ്ക്കാൻ തയ്യാറായില്ല എന്നതാണ് നേര്. അവിടെ തുടരുന്നതിൽ ഇനി അർത്ഥമില്ലെന്ന് കണ്ട് ചന്ദ്രശേഖർ 1935 ൽ ഇന്ത്യയിലേക്ക് മടങ്ങി. ഇന്ത്യയിൽ തിരിച്ചെത്തിയ അദ്ദേഹം, സഹപാഠിയായിരുന്ന ലളിതാ ദൊരൈസ്വാമിയെ വിവാഹം ചെയ്തു.

ഇന്ത്യയിൽ എത്തിയിട്ടും തനിക്ക് ശരിയായ അവസരങ്ങൾ ലഭിക്കാനിടയില്ല എന്ന് ബോദ്ധ്യം വന്നതിനെ തുടർന്ന് 1937 ൽ ചന്ദ്രശേഖർ അമേരിക്കയിലെ ഷിക്കാഗോ സർവ്വകലാശാലയിൽ ഒരു റിസർച്ച് അസോസിയേറ്റായി ചേർന്നു. 1938 ൽ അസിസ്റ്റന്റ് പ്രൊഫസറായ അദ്ദേഹം 1942 ൽ അസോസിയേറ്റ് പ്രൊഫസറായി നിയമിക്കപ്പെട്ടു. തുടർന്ന് 1947 ൽ സൈദ്ധാന്തിക ഖഗോള ഭൗതികശാസ്ത്രവകുപ്പിലെ ഡിസ്റ്റിംഗ്യൂഷ്ഡ് സർവ്വീസ് പ്രൊഫസർ എന്ന പദവിയിലേക്ക് അദ്ദേഹം നിയമിക്കപ്പെട്ടു. അമേരിക്കയിലെ പ്രവർത്തനങ്ങളിൽ സന്തുഷ്ടനായതിനെത്തുടർന്ന് 1953 ൽ ചന്ദ്രശേഖർ അമേരിക്കൻ പൗരത്വം സ്വീകരിക്കുകയുണ്ടായി.

1952 മുതൽ *അസ്ട്രോഫിക്കൻ ജേണൽ* എന്നൊരു പ്രസിദ്ധീകരണം അദ്ദേഹം ആരംഭിച്ചിരുന്നു. 19 വർഷക്കാലം അതിന്റെ പത്രാധിപരായി അദ്ദേഹം തുടരുകയുണ്ടായി. അന്താരാഷ്ട്ര നിലവാരത്തിലുള്ള ഒരു ശാസ്ത്ര ജേണൽ എന്ന പദവി അതിനു

ലഭ്യമാവുകയും ചെയ്തു.

നക്ഷത്രക്കൂട്ടങ്ങളുടെ ചലനം എന്ന വിഷയമാണ് ഷിക്കാഗോയിൽ ആദ്യം തന്റെ ഗവേഷണവിഷയമായി അദ്ദേഹം സ്വീകരിച്ചത്. പിന്നീട് നക്ഷത്രങ്ങൾക്കുള്ളിലെ വികിരണത്തെപ്പറ്റിയും നക്ഷത്രസമൂഹങ്ങളുടെ ഘടനയിൽ കാന്തികതയ്ക്കുള്ള പങ്കും കൂടി ഗവേഷണത്തിൽ ഉൾപ്പെടുത്തി. എന്നാൽ തന്റെ പഴയ വിഷയമായ 'നക്ഷത്രങ്ങളുടെ മരണത്തിലേക്ക്' വീണ്ടും അദ്ദേഹം തിരിച്ചുപോയത് യാദൃച്ഛികമല്ലായിരുന്നു. തമോഗർത്തങ്ങളെപ്പറ്റിയുള്ള ഗ്രന്ഥരചനയ്ക്ക് അത് വഴി തെളിക്കുകയുണ്ടായി. *തമോഗർത്തങ്ങളുടെ ഗണിതസിദ്ധാന്തം* എന്ന ഗ്രന്ഥം 1983 ൽ അദ്ദേഹം പ്രസിദ്ധപ്പെടുത്തി. യാദൃച്ഛികമെന്ന് തോന്നുമാറ്, ആ വർഷം തന്നെ ഭൗതികശാസ്ത്രത്തിനുള്ള നോബൽ സമ്മാനവും അദ്ദേഹത്തെ തേടിയെത്തി. വില്യംഫൗളറുമായി ആ വർഷം അദ്ദേഹം നോബൽ സമ്മാനം പങ്കുവയ്ക്കുകയായിരുന്നു. ഐസക്ന്യൂട്ടന്റെ *പ്രിൻസിപ്പിയ* എന്ന ഗ്രന്ഥം, സാധാരണക്കാർക്കായി വ്യാഖ്യാനിച്ചുകൊണ്ടുള്ള അദ്ദേഹത്തിന്റെ *പ്രിൻസിപ്പിയ ഫോർ ദി കോമൺ റീച്ച് (Newton Principia for the Common Reach)* എന്ന ഗ്രന്ഥവും ഏറെ ശ്രദ്ധ നേടി. ഗവേഷണത്തിൽ അദ്ദേഹം കാണിച്ചതുപോലെയുള്ള ആത്മാർത്ഥതയാണ് അദ്ധ്യാപനത്തിലും ചന്ദ്രശേഖർ പ്രദർശിപ്പിച്ചത്. നാല്പതുകളിൽ രണ്ട് ചൈനീസ് വിദ്യാർത്ഥികളായ സ്തുങ് ദാവോ ലി, ചെൻനിങ് യാങ് എന്നിവർ ചന്ദ്രശേഖറിന്റെ കീഴിൽ ഗവേഷണത്തിനായി എത്തി. തന്റെ വിദ്യാർത്ഥികൾക്ക് ക്ലാസ് എടുക്കാനായി 100 മൈൽ ദൂരം കാറോടിച്ചാണ് അദ്ദേഹം എത്തിക്കൊണ്ടിരുന്നത്. 1957 ൽ ഇവർ രണ്ടുപേർക്കും ഭൗതിശാസ്ത്രത്തിൽ നോബൽ സമ്മാനം ലഭിച്ചു എന്ന വസ്തുതയും ശ്രദ്ധേയമത്രെ. എന്നാൽ തങ്ങളുടെ ഗുരുവിന് 1983 ൽ മാത്രമാണ് നോബൽ സമ്മാനം ലഭിച്ചത് എന്ന കാര്യവും കൗതുകമുളവാക്കുന്നു.

1962 ൽ ശാസ്ത്രരംഗത്തെ മികച്ച സംഭാവനകൾക്കുള്ള യു എസ് ദേശീയ മെഡൽ റോയൽ മെഡൽ ചന്ദ്രശേഖറിനു ലഭി

ക്കുകയുണ്ടായി. അമ്പതിൽപ്പരം ഗവേഷണ പ്രബന്ധങ്ങൾക്ക് ഗൈഡായി അദ്ദേഹം പ്രവർത്തിച്ചിട്ടുണ്ട്. ശാസ്ത്രകാരന്മാർക്ക് അദ്ധ്യാപകരായി പ്രവർത്തിക്കുവാൻ അദ്ദേഹത്തിന്റെ പ്രവർത്തനങ്ങൾ പ്രചോദനമായി.

1995 ആഗസ്ത് 21 ന് അദ്ദേഹം അമേരിക്കയിലെ ഷിക്കാഗോയിൽ നിര്യാതനായി. ഭാരതത്തിൽ ജനിച്ചുവളർന്ന ഒരു വ്യക്തിയായിരുന്നെങ്കിലും അദ്ദേഹത്തിന്റെ പ്രതിഭ യഥാവസരം തിരിച്ചറിയാനുള്ള കഴിവ് ഇന്ത്യാക്കാർക്ക് ഉണ്ടായില്ല എന്ന സത്യം ഇവിടെ പ്രകടമാകുന്നു. നോബൽ സമ്മാനം ലഭിച്ചതോടെയാണ് ശാസ്ത്രകാരനായ സുബ്രഹ്മണ്യൻ ചന്ദ്രശേഖറെ ഭാരതം ശരിയായി മനസ്സിലാക്കിയത്.

ജീവിതരേഖ

1910 ഒക്ടോബർ 19 ജനനം ലാഹോറിൽ
അച്ഛൻ: സുബ്രഹ്മണ്യ അയ്യർ
അമ്മ: സീതാബാലകൃഷ്ണൻ
1918 കുടുംബം ചെന്നൈയിലേക്ക് താമസം മാറ്റി
1921 മദ്രാസ് ഹിന്ദു സ്കൂളിൽ പഠനം
1922 മദ്രാസ് പ്രസിഡൻസി കോളേജിൽ
1930 മദ്രാസിൽ നിന്ന് ഭൗതികശാസ്ത്രത്തിൽ ബിരുദം
1933 കേംബ്രിഡ്ജിൽ നിന്ന് ഡോക്ടറേറ്റ്
1935 ചന്ദ്രശേഖർ സീമ -ശാസ്ത്രപ്രബന്ധം
1935 ഇന്ത്യയിൽ തിരിച്ചെത്തുന്നു.
1936 വിവാഹം. ഭാര്യ ലളിതാ ദൊരൈസ്വാമി
1937 ഷിക്കാഗോ സർവ്വകലാശാലയിൽ ഗവേഷണം
1944 ഷിക്കാഗോയിൽ പ്രൊഫസർ
1953 അമേരിക്കൻ പൗരത്വം സ്വീകരിക്കുന്നു
1983 നോബൽ സമ്മാന ജേതാവ്
1995 ആഗസ്ത് 21. ഷിക്കാഗോയിൽ നിര്യാതനാകുന്നു.

ഡോ. വിക്രം സാരാഭായ്

ബഹിരാകാശയുഗത്തിലേക്ക് ഭാരതത്തെ കൈപിടിച്ചുയർത്തുന്നതിന് പ്രഗത്ഭമായ നേതൃത്വം നല്കിയ ഡോ. വിക്രം സാരാഭായ്, ശാസ്ത്രഗവേഷണത്തിനുവേണ്ടി ജീവിതം ഉഴിഞ്ഞുവച്ച ഒരു മഹാനായിരുന്നു. ബഹിരാകാശ പര്യവേഷണ രംഗത്ത് ഇന്ത്യക്ക് ഏഴാംസ്ഥാനം അന്ന് നേടിക്കൊടുത്തതിനു പിന്നിലെ ശക്തികേന്ദ്രവും അദ്ദേഹമായിരുന്നു. അദ്ദേഹം വിഭാവനം ചെയ്ത 'ആര്യഭട്ട' എന്ന ഉപഗ്രഹം 1975 ൽ വിജയകരമായി വിക്ഷേപണം ചെയ്യപ്പെട്ടെങ്കിലും അതു കാണുവാനുള്ള ഭാഗ്യം അദ്ദേഹത്തിനു സിദ്ധിച്ചില്ല. തുമ്പയിലെ ബഹിരാകാശ ഗവേഷണകേന്ദ്രവും അഹമ്മദാബാദിലെ 'എക്സ്പിരിമെന്റൽ സാറ്റലൈറ്റ് കമ്യൂണിക്കേഷൻ എർത്ത് സ്റ്റേഷനും' സ്ഥാപിക്കപ്പെട്ടത് അദ്ദേഹത്തിന്റെ കാലത്തായിരുന്നു. ശാസ്ത്രസാങ്കേതികരംഗത്ത് വൻ കുതിച്ചു ചാട്ടത്തിന് ഭാരതത്തെ പ്രാപ്തമാക്കിയതിലൂടെ, അദ്ദേഹം കണ്ട സ്വപ്നങ്ങൾ തികഞ്ഞ അർപ്പണ മനോഭാവത്തോടെ പ്രാവർത്തികമാക്കാനും അദ്ദേഹത്തിനു കഴിഞ്ഞു.

ഉപഗ്രഹ വാർത്താവിനിമയകേന്ദ്രം, റോക്കറ്റ് നിർമ്മാണം, അണുശക്തി ഗവേഷണം എന്നീ മേഖലകളെ കൂടാതെ നമ്മുടെ

വസ്ത്രനിർമ്മാണ വ്യവസായം, ഔഷധ വ്യവസായം എന്നിവയ്ക്കും അദ്ദേഹം വലിയ പ്രോത്സാഹനം നല്കിയിരുന്നു. അതോടൊപ്പം സംഗീതം, നൃത്തകല എന്നിവയ്ക്ക് വലിയ പ്രോത്സാഹനമാണ് അദ്ദേഹം നല്കിയിരുന്നത്. ചുരുക്കത്തിൽ ഒരു ബഹുമുഖ പ്രതിഭയായിരുന്നു ഡോ. വിക്രം സാരാഭായ് എന്ന് നിസ്സംശയം പറയാം.

ജനനവും വിദ്യാഭ്യാസവും

1919 ആഗസ്ത് 12 ന് ഗുജറാത്തിലെ അഹമ്മദാബാദിലാണ് സാരാഭായ് ജനിച്ചത്. അച്ഛൻ അഹമ്മദാബാദിലെ ഒരു വ്യവസായ പ്രമുഖനായിരുന്ന അംബാലാൽ സാരാഭായ് ആയിരുന്നു. പ്രസിദ്ധ സാമൂഹിക പ്രവർത്തകയായിരുന്ന സരളാദേവിയായിരുന്നു അമ്മ. പ്രാഥമിക വിദ്യാഭ്യാസം, അമ്മ സ്ഥാപിച്ച അഹമ്മദാബാദിലെ വിദ്യാലയത്തിലായിരുന്നു. 1937 ൽ ഗുജറാത്ത് കോളേജിൽ നിന്ന് സാരാഭായി ഇന്റർമീഡിയറ്റ് പരീക്ഷ പാസായി. തുടർന്ന് ഉപരിപഠനത്തിനായി അദ്ദേഹം ഇംഗ്ലണ്ടിലേക്കു പോയി. അവിടെ കേംബ്രിഡ്ജിലെ സെന്റ് ജോൺ കോളേജിൽനിന്ന് 1940 ൽ പ്രകൃതി ശാസ്ത്രത്തിൽ അദ്ദേഹം ടൈപോസ് ബിരുദം നേടി.

രണ്ടാം ലോകമഹായുദ്ധം ആരംഭിച്ചതിനെതുടർന്ന് സാരാഭായ് ഇന്ത്യയിലേക്കു മടങ്ങി. ബാംഗ്ലൂരിൽ ഇന്ത്യൻ ഇൻസ്റ്റിറ്റ്യൂട്ട് ഓഫ് സയൻസിൽ ഡോ. സി വി രാമന്റെ കീഴിൽ അദ്ദേഹം ഗവേഷണം ആരംഭിച്ചു. കോസ്മിക് രശ്മികളെക്കുറിച്ചായിരുന്നു ഗവേഷണം. ഗവേഷണങ്ങൾക്ക് ആവശ്യമായ ഉപകരണങ്ങൾ അദ്ദേഹം സ്വയം നിർമ്മിക്കുകയായിരുന്നു. തന്റെ ഭാവനയ്ക്കനുസൃതമായ ഉപകരണങ്ങൾ രൂപപ്പെടുത്തുന്നതിൽ അദ്ദേഹത്തിനുണ്ടായിരുന്ന പാടവം അത്ഭുതാവഹമായിരുന്നു. ഡോ. ഹോമി ജെ ഭാഭയും അദ്ദേഹത്തോടൊപ്പം അവിടെ പ്രവർത്തിച്ചിരുന്നു. ഭൂമദ്ധ്യരേഖാ പ്രദേശത്തെ കോസ്മിക് രശ്മികളെക്കുറിച്ചായിരുന്നു സാരാഭായിയുടെ പഠനം.

ലോകമഹായുദ്ധം അവസാനിച്ചതിനെ തുടർന്ന് 1945 ൽ

സാരാഭായ് ഇംഗ്ലണ്ടിലേക്കു മടങ്ങി. കേംബ്രിഡ്ജിലെ കാവൻഡിഷ് ലബോറട്ടറിയിൽ വീണ്ടും കോസ്മിക് രശ്മികളെക്കുറിച്ചുള്ള പഠനം തുടർന്നു. 1947 ൽ ഫോട്ടോഫിഷൻ സംബന്ധിച്ച ഗവേഷണത്തിന് കേംബ്രിഡ്ജിൽനിന്ന് അദ്ദേഹത്തിന് ഡോക്ടറേറ്റ് ലഭിച്ചു.

ഇംഗ്ലണ്ടിൽനിന്നു തിരിച്ചെത്തിയ സാരാഭായ് അഹമ്മദാബാദിൽ ഒരു ഫിസിക്കൽ റിസർച്ച് ലബോറട്ടറി (PRL) സ്ഥാപിക്കുകയും അവിടെ കോസ്മിക് രശ്മികളെക്കുറിച്ചും ബഹിരാകാശത്തെക്കുറിച്ചും ഗവേഷണങ്ങൾ തുടരുകയുണ്ടായി.

കോസ്മിക് കിരണങ്ങൾ

ഊർജ്ജ കണികകളുടെ പ്രവാഹമാണ് കോസ്മിക് രശ്മികൾ. അവ ബഹിരാകാശത്തുനിന്ന് ഭൂമിയിലേക്ക് എത്തിക്കൊണ്ടിരിക്കുന്നു. ഭൂമിയിലേക്കുള്ള പ്രവാഹത്തിനിടയിൽ സൂര്യൻ, അന്തരീക്ഷം, കാന്തികത എന്നിവയാൽ അവ സ്വാധീനിക്കപ്പെടുന്നു. ബഹിരാകാശത്ത് ഗ്രഹങ്ങൾക്കിടയ്ക്കു നടക്കുന്ന സംഭവങ്ങളും അവയെ സ്വാധീനിക്കുന്നുണ്ട്. ഈ വസ്തുതകളെ അടിസ്ഥാനമാക്കിയുള്ള പഠനമാണ് വിക്രംസാരാഭായ് നടത്തിയിരുന്നത്.

ഭാരതത്തിന്റെ ശാസ്ത്രസാങ്കേതിക, വ്യവസായിക മുന്നേറ്റങ്ങൾക്കും തുടക്കം കുറിച്ചത് സാരാഭായി തന്നെ. വസ്ത്രവ്യവസായ മേഖലകളുടെ ആധുനീകരണം ലക്ഷ്യമാക്കി, 1947 ൽ അഹമ്മദാബാദ് ടെക്സ്റ്റയിൽ ഇൻസ്ട്രീസ് റിസർച്ച് അസോസ്യേഷൻ (ATIRA) അദ്ദേഹത്തിന്റെ നേതൃത്വത്തിൽ രൂപീകരിക്കപ്പെട്ടു. സാരാഭായിയുടെ ദീർഘവീക്ഷണവും നേതൃപാടവവും ഇന്ത്യക്ക് മുതൽക്കൂട്ടായി മാറി. ഒട്ടേറെ സ്ഥാപനങ്ങളുടെ സ്ഥാപനത്തിന് ഇതു വഴിവച്ചു. തൊടുന്നതെല്ലാം പൊന്നാക്കുന്ന ഒരു മാന്ത്രിക ശക്തിയാണ് അദ്ദേഹത്തിൽ പ്രവർത്തിച്ചിരുന്നത് എന്നു പറയാം. അദ്ദേഹത്തിന്റെ നേതൃത്വത്തിൽ ആരംഭിച്ച ഫിസിക്കൽ റിസർച്ച് ലാബറട്ടറി ഒരു ഒന്നാം തരംഗ ഗവേഷണസ്ഥാപനമായി വളർന്നതോടെ, 1955 ൽ കശ്മീരിലെ ഗുൽമാർഗിൽ ഇതിന്റെ

ഒരു ശാഖ കൂടി സ്ഥാപിക്കപ്പെട്ടു. കോസ്മിക് രശ്മികളെക്കുറിച്ചുള്ള പഠനത്തിന് 1962 ൽ അദ്ദേഹത്തിന് ശാന്തിസ്വരൂപ് ഭട്നഗർ അവാർഡ് ലഭിക്കുകയുണ്ടായി.

1951 ൽ കൊടൈക്കനാലിലും 1955 ൽ തുമ്പയിലും ഫിസിക്കൽ റിസർച്ച് ലബോറട്ടറിയുടെ കീഴിൽ നിരീക്ഷണ കേന്ദ്രങ്ങൾ ആരംഭിച്ചു. കോസ്മിക് രശ്മികളെക്കുറിച്ചുള്ള സുപ്രധാന കണ്ടുപിടുത്തം ഫിസിക്കൽ റിസർച്ച് സെന്ററിൽവച്ചാണ് അദ്ദേഹം നടത്തിയത്. യുവശാസ്ത്രജ്ഞന്മാരെ പ്രോത്സാഹിപ്പിക്കുന്ന കാര്യത്തിൽ സാരാഭായ് പ്രത്യേക താല്പര്യം എടുത്തിരുന്നു. പില്ക്കാലത്ത് ബഹിരാകാശ ശാസ്ത്രജ്ഞരായി മാറിയ പ്രൊഫ. യു ആർ റാവു, കസ്തൂരിരംഗൻ എന്നിവർ അദ്ദേഹത്തിന്റെ ശിഷ്യന്മാരായിരുന്നു.

1957 ൽ റഷ്യ സ്ഫുട്നിക് എന്ന ബഹിരാകാശ പേടകം വിക്ഷേപിച്ചതോടെയാണ് ഇന്ത്യക്കൊപ്പം മറ്റു പല രാഷ്ട്രങ്ങളും ബഹിരാകാശ ശാസ്ത്ര ഗവേഷണത്തിൽ താല്പര്യം കാട്ടിയത്. ഇന്ത്യയുടെ ബഹിരാകാശ ഗവേഷണത്തിൽ ശ്രദ്ധാലുവായിരുന്ന സാരാഭായിയെ ഇതിനു നിയോഗിച്ചത് ഹോമി ജെ ഭാഭയായിരുന്നു. 1962 ൽ ഇന്ത്യൻ നാഷണൽ കമ്മിറ്റി ഫോർ സ്പേസ് റിസർച്ച് എന്ന ബഹിരാകാശ ഗവേഷണസമിതി വിക്രം സാരാഭായി അദ്ധ്യക്ഷനായി രൂപീകരിക്കപ്പെട്ടു. റോക്കറ്റ് വിക്ഷേപണ കേന്ദ്രം സ്ഥാപിക്കാനുള്ള ശ്രമങ്ങൾ ആരംഭിച്ചതോടെ ഭൂമദ്ധ്യരേഖയ്ക്കു സമീപമുള്ള സ്ഥലം തേടിയാണ് അവസാനം തുമ്പ തെരഞ്ഞെടുക്കാൻ ഇന്ത്യൻ സ്പേസ് റിസർച്ച് ഓർഗനൈസേഷൻ (ISRO) തീരുമാനിച്ചത്.

തുമ്പയിൽ ഈ സ്ഥാപനം വളരെവേഗം പ്രാവർത്തികമാക്കാൻ മുൻകൈ എടുത്തതും സാരാഭായിയായിരുന്നു. തുടർന്ന് തുമ്പ ഇക്വറ്റോറിയൽ റോക്കറ്റ് ലോഞ്ചിങ് സ്റ്റേഷൻ (TERLS) നിലവിൽ വരികയും ചെയ്തു. 1963 നവംബർ 21 ന് അമേരിക്കൻ നിർമ്മിതമായ റോക്കറ്റാണ് ആദ്യമായി ഇവിടെനിന്ന് വിക്ഷേപിക്കപ്പെട്ടത്. അതിനുശേഷം സ്വന്തമായി റോക്കറ്റ് നിർമ്മാണം ഏറ്റെടുക്കാൻ സ്പേസ് സയൻസ് ആന്റ് ടെക്നോ

ളജി സെന്റർ (SSTC), റോക്കറ്റ് ഫാബ്രിക്കേഷൻ ഫെസിലിറ്റി (RFF), പ്രൊപ്പലന്റ് ഫ്യൂവൽ കോംപ്ലക്സ് എന്നീ സ്ഥാപനങ്ങളും തുമ്പയിൽ നിലവിൽ വന്നു. ഇന്ത്യൻ ബഹിരാകാശഗവേഷണത്തിന്റെ ഏറ്റവും വലിയ യൂണിറ്റായി തുമ്പ വളർന്നതോടെ 1965 ൽ ഐക്യരാഷ്ട്ര സഭ, രാജ്യാന്തര വിക്ഷേപണ നിലയം എന്ന അംഗീകാരം നല്കി. അഹമ്മദാബാദിലെ ഉപഗ്രഹ വാർത്താവിനിമയ കേന്ദ്രം, ശ്രീഹരിക്കോട്ടയിലെ ഉപഗ്രഹവിക്ഷേപണ കേന്ദ്രം എന്നിവയുടെ ശില്പിയും ഡോ. സാരാഭായിയായിരുന്നു. ഇന്ത്യയിലെ ബഹിരാകാശ യൂണിറ്റുകളിൽ ഏറ്റവും വലുതാണ് തുമ്പയിലേത്. ഇവിടെ ആറ് യൂണിറ്റുകൾ പ്രവർത്തിക്കുന്നുണ്ട്. തുമ്പ, ഭൂകാന്ത മദ്ധ്യരേഖയ്ക്കു സമീപം സ്ഥിതി ചെയ്യുന്നു എന്നതാണ് അന്താരാഷ്ട്ര പ്രാധാന്യമുണ്ടാക്കാനിടയായത്. ഐക്യരാഷ്ട്ര സഭയ്ക്ക് സമർപ്പിക്കപ്പെട്ട ഈ കേന്ദ്രത്തിലെ സൗകര്യങ്ങൾ ഉപയോഗപ്പെടുത്തുവാൻ അന്താരാഷ്ട്ര ധാരണപ്രകാരം അമേരിക്ക, ജപ്പാൻ, റഷ്യ, ഫ്രാൻസ്, ഇംഗ്ലണ്ട്, ജർമ്മനി എന്നീ രാഷ്ട്രങ്ങൾക്ക് അനുമതി നല്കപ്പെട്ടിട്ടുണ്ട്.

വിക്രം സാരാഭായിയുടെ സേവനങ്ങൾക്കുള്ള അംഗീകാരമായി 1966 ൽ അദ്ദേഹത്തിന് രാഷ്ട്രം പത്മഭൂഷൺ ബഹുമതി നല്കുകയുണ്ടായി. 1967 നവംബർ 2 ന് ഇന്ത്യയിൽ നിർമ്മിക്കപ്പെട്ട ആദ്യ റോക്കറ്റ് 'രോഹിണി' തുമ്പയിൽനിന്ന് വിക്ഷേപിക്കപ്പെട്ടു. എന്നാൽ ഇന്ത്യ നിർമ്മിച്ച ആദ്യ ഉപഗ്രഹമായ 'ആര്യഭട്ട' 1975 ൽ സാരാഭായിയില്ലാതെ ഭ്രമണപഥത്തിൽ എത്തിക്കേണ്ടി വന്നു.

ശാസ്ത്രത്തെ സാധാരണക്കാരന് പ്രയോജനപ്രദമാകത്തക്ക വിധം കൈകാര്യം ചെയ്യണമെന്ന് നിർബ്ബന്ധമുള്ള വ്യക്തിയായിരുന്നു വിക്രംസാരാഭായി. ലോകസമാധാനത്തിനും അന്താരാഷ്ട്ര നിരായുധീകരണത്തിനും അദ്ദേഹം നല്കിയിട്ടുള്ള സംഭാവനകൾ മഹത്തരമാണ്. ബഹിരാകാശ പദ്ധതികളിൽ തദ്ദേശീയമായി നിർമ്മിച്ച സാധനങ്ങൾ എങ്ങനെ ഉപയോഗപ്പെടുത്തി ചെലവുകുറയ്ക്കാൻ കഴിയുമെന്ന് ഗവേഷകരെ ബോദ്ധ്യപ്പെടുത്തിയതും ഡോ. സാരാഭായിയാണ്.

ഇന്ത്യ ബഹിരാകാശ ഗവേഷണരംഗത്ത് മുന്നേറുന്നത് അമേരിക്കയുൾപ്പെടെ പല വിദേശരാഷ്ട്രങ്ങൾക്കും ഇഷ്ടമായിരുന്നില്ല. വിക്രം സാരാഭായിയുടെ ദീർഘവീക്ഷണത്തോടുകൂടിയ പ്രവർത്തനമാണ് ഇന്ത്യയെ ഈ രംഗത്ത് മുന്നേറാൻ സഹായിച്ചത്.

പ്രശസ്ത നർത്തകിയായ മൃണാളിനി സാരാഭായ് ആണ് അദ്ദേഹത്തിന്റെ സഹധർമ്മിണി. നൃത്തം, സംഗീതം, സാഹിത്യം എന്നിവയിൽ ഏറെ താല്പര്യമുണ്ടായിരുന്ന സാരാഭായി ഭാര്യയുടെ കലാജീവിതത്തിന് എന്നും പ്രചോദനമേകിയിരുന്നു.

ഹോമി ജെ ഭാഭയുടെ നിര്യാണത്തെ തുടർന്ന് 1966 ൽ സാരാഭായ് അണുശക്തി കമ്മീഷൻ ചെയർമാനായി സ്ഥാനമേറ്റു. ഉപഗ്രഹ വാർത്താ വിനിമയ രംഗത്തും കാലാവസ്ഥാ നിരീക്ഷണ രംഗത്തും അദ്ദേഹത്തിന്റെ സേവനങ്ങൾ വിലപ്പെട്ടതായിരുന്നു. ഉപഗ്രഹം വഴി വിദ്യാഭ്യാസ പരിപാടികൾ സംപ്രേക്ഷണംചെയ്യാനുള്ള തീരുമാനം ആദ്യമായി എടുത്തത് സാരാഭായിയായിരുന്നു. സംഗീതവും നൃത്തവും ഫോട്ടോഗ്രാഫിയും സാരാഭായിക്ക് ഇഷ്ടമുള്ള ഹോബികളായിരുന്നു.

തുമ്പയിലെ വികസന പ്രവർത്തനങ്ങൾക്ക് എന്നും മുൻഗണന നല്കാൻ അദ്ദേഹം ശ്രദ്ധിച്ചിരുന്നു. തുമ്പയിലെ സന്ദർശനത്തിനെത്തിയ അദ്ദേഹം 1971 ഡിസംബർ 30 ന് കോവളം ഹോട്ടലിൽവച്ച് ഉണ്ടായ ഹൃദയാഘാതത്തെ തുടർന്ന് ഉറക്കത്തിലാണ് നിര്യാതനായത്. അദ്ദേഹത്തിന്റെ ആകസ്മികമായ നിര്യാണം അക്ഷരാർത്ഥത്തിൽ തന്നെ ഇന്ത്യയെ ഞെട്ടിച്ചുകളഞ്ഞു. ഉപഗ്രഹ വിക്ഷേപണരംഗത്ത് പല നൂതന പദ്ധതികളും ആസൂത്രണം ചെയ്യാൻ അദ്ദേഹത്തിനു പരിപാടിയുണ്ടായിരുന്നു. എന്നാൽ അവയൊക്കെ നിഷ്ഫലമായി എന്നതാണ് വസ്തുത.

ഇന്ത്യയിലെ ഔഷധ നിർമ്മാണ രംഗത്ത് ആധുനിക ഗവേഷണരീതികളും ഗുണനിലവാര പരിശോധനയും ഏർപ്പെടുത്തിയത് സാരാഭായിയാണ്. അഹമ്മദാബാദിലെ ടെക്സ്റ്റയിൽ ഇൻഡസ്ട്രീസ് റിസർച്ച് അസോസിയേഷൻ ഇന്ത്യൻ വസ്ത്രങ്ങളുടെ ഗുണനിലവാരം മെച്ചപ്പെടുത്താൻ പദ്ധതികൾ തയ്യാറാക്കിയതും അദ്ദേഹത്തിന്റെ ശ്രമഫലമായിട്ടായിരുന്നു. അദ്ദേഹത്തോടുള്ള

ആദരസൂചകമായി 1972 ൽ തുമ്പയിലെ ബഹിരാകാശ കേന്ദ്രത്തിന് വിക്രം സാരാഭായ് സ്പേസ് സെന്റർ എന്നു നാമകരണം ചെയ്യപ്പെട്ടു.

മൃണാളിനി സാരാഭായ്

വിക്രംസാരാഭായിയുടെ സഹധർമ്മിണി എന്നതിലുപരിയായി, ഇന്ത്യൻ ക്ലാസിക്കൽ നൃത്തരൂപങ്ങളെ ലോകപ്രശസ്തമാക്കിയ വിഖ്യാത നർത്തകി കൂടിയായിരുന്നു മൃണാളിനി സാരാഭായ്. മദ്രാസ്സിൽ അഭിഭാഷകനായിരുന്ന ഡോ. സ്വാമിനാഥന്റെയും പാലക്കാട് ആനക്കരവടക്കത്തു തറവാട്ടിൽനിന്ന് സ്വാതന്ത്ര്യപ്രക്ഷോഭത്തിന്റെ ദേശീയ വേദിയിലേക്ക് എത്തപ്പെട്ട അമ്മു സ്വാമിനാഥന്റെയും മകളായിരുന്നു മൃണാളിനി. 1918 മെയ് 11 ന് ജനിച്ച മൃണാളിനി ചെന്നൈയിലായിരുന്നു സ്കൂൾ വിദ്യാഭ്യാസം നിർവ്വഹിച്ചത്. തുടർന്ന് സ്വിറ്റ്സർലണ്ടിൽപോയി ബാലെ പഠിക്കുകയും ജാവ, അമേരിക്കൻ അക്കാദമി ഓഫ് ഡ്രമാറ്റിക് ആർട്സിലും നൃത്തപരിശീലനം നേടി. ഭരതനാട്യം, മോഹിനിയാട്ടം, കഥകളി എന്നിവ അഭ്യസിക്കുകയും ശാന്തിനികേതനിൽ നൃത്താഭ്യാസനം നേടി മഹാകവി ടാഗോറിന്റെ ശിഷ്യയായിത്തീരുകയും ചെയ്തു.

1942 ൽ വിക്രംസാരാഭായിയുമായുള്ള വിവാഹശേഷം അഹമ്മദാബാദിൽ താമസമാക്കി. നല്ല കലാസ്നേഹികൂടിയായിരുന്ന വിക്രം സാരാഭായിക്ക് അനുയോജ്യയായ വധുവായിരുന്നു മൃണാളിനി. നേരത്തെ അഡയാറിൽ ഒരു നൃത്ത വിദ്യാലയം നടത്തിയിരുന്ന അവർ 1948 ൽ അഹമ്മദാബാദിൽ ദർപ്പണ നൃത്തവിദ്യാലയം സ്ഥാപിക്കുകയും ദർപ്പണ നൃത്ത സംഘവുമായി ഒട്ടേറെ വിദേശരാജ്യങ്ങളിൽ നൃത്തപരിപാടികൾ നടത്തുകയും ചെയ്തു.

മലയാള ഭാഷയെ ഹൃദയഭാഷയായി അംഗീകരിച്ച ആ മഹതി കേരളത്തെ ഏറെ ഇഷ്ടപ്പെടുകയും മലയാളം സംസാര ഭാഷയായി നിലനിർത്തുകയും ചെയ്തു. ഭർത്താവിന്റെ വിയോഗത്തെ തുടർന്ന്, ആ വേർപാട് ഉൾക്കൊള്ളാനാകാതെ ഏറെ നാൾ കഴിയുകയുണ്ടായി. കേന്ദ്രസംഗീതനാടക അക്കാദമി

അവാർഡ്, രാഷ്ട്രത്തിന്റെ പത്മശ്രീ, പത്മഭൂഷൺ എന്നീ അവാർഡുകൾ, കഥകളി വീരശൃംഖല, വിശ്വഭാരതിയിൽ നിന്നുള്ള പുരസ്കാരം എന്നിവ നേടിയ മൃണാളിനി സാരാഭായ് ലോകമെമ്പാടും ആരാധകരുള്ള നർത്തകിയായിരുന്നു. വാർദ്ധക്യ സഹജമായ അസുഖത്തെ തുടർന്ന് 2016 ജനുവരി 20 ന് ഗുജറാത്തിലെ അഹമ്മദാബാദിൽ വച്ച് ആ മഹതി ദിവംഗതയായി. 2015 ൽ കേരള സർക്കാർ പ്രവാസികലാ രത്നപുരസ്കാരം നല്കി ആ മഹതിയെ ആദരിച്ചിരുന്നു.

ദി വോയിസ് ഓഫ് ദ ഹാർട്ട് എന്ന ആത്മകഥ കൂടാതെ മറ്റു ചില ഗ്രന്ഥങ്ങളും അവർ രചിച്ചിട്ടുണ്ട്. *ഇതുമാത്രമാണ് സത്യം* എന്ന അവരുടെ കൃതി മലയാളത്തിൽ പ്രസിദ്ധപ്പെടുത്തിയിട്ടുണ്ട്.

പ്രശസ്ത നർത്തകി മല്ലിക സാരാഭായ്. പരിസ്ഥിതി പ്രവർത്തകനായ കാർത്തിക് സാരാഭായ് എന്നിവരാണ് അവരുടെ സന്താനങ്ങൾ. നേതാജി സുഭാഷ് ചന്ദ്ര ബോസിന്റെ ഇന്ത്യൻ നാഷണൽ ആർമി (INA)യിൽ പ്രവർത്തിച്ച പ്രശസ്തയായ ക്യാപ്റ്റൻ ലക്ഷ്മി, മൃണാളിനി സാരാഭായിയുടെ സഹോദരിയാണ്.

ജീവിതരേഖ

1919	ആഗസ്ത് 12 അലഹബാദിൽ ജനനം അച്ഛൻ: അംബലാൽ സാരാഭായ് അമ്മ: സരളാദേവി
1940	കേംബ്രിഡ്ജിൽനിന്ന് ട്രൈപോസ് ബിരുദം
1947	ഫോട്ടോഫിഷൻ എന്ന വിഷയത്തിൽ കേംബ്രിഡ്ജിൽനിന്ന് ഡോക്ടറേറ്റ്
1947	അഹമ്മദാബാദിൽ ടെക്സ്റ്റൈൽ ഇൻഡസ്ട്രീസ് റിസർച്ച് ഓർഗനൈസേഷൻ ആരംഭിച്ചു.
1962	ബഹിരാകാശ ഗവേഷണ സമിതി അദ്ധ്യക്ഷൻ
1963	തുമ്പ റോക്കറ്റ് വിക്ഷേപണകേന്ദ്രം പ്രവർത്തനസജ്ജമായി

1966 അണുശക്തി കമ്മീഷൻ ചെയർമാൻ

1966 പത്മഭൂഷൺ ബഹുമതി

1967 ഇന്ത്യയുടെ ആദ്യ റോക്കറ്റ് 'രോഹിണി' വിക്ഷേപിച്ചു.

1971 ഡിസംബർ 30. കോവളത്തുവച്ച് ഹൃദയാഘാതം മൂലം മരണം.

ഡോ. രാജാ രാമണ്ണ

രാജസ്ഥാനിലെ പൊഖ്റാൻ മരുഭൂമിയിൽ 1974 മേയ് 18 ന് നടന്ന ഇന്ത്യയുടെ പ്രഥമ ആണവ പരീക്ഷണപദ്ധതിയുടെ സൂത്രധാരനായിരുന്നു പ്രശസ്തനായ ഡോ. രാജാ രാമണ്ണ. ഇന്ത്യയുടെ ആണവ പദ്ധതിയുടെ പിതാവ് എന്നാണ് അദ്ദേഹം അറിയപ്പെടുന്നത്.

ഇന്ദിരാഗാന്ധി പ്രധാനമന്ത്രിയായിരുന്ന കാലത്ത് ഭാഭാ അറ്റോമിക് റിസർച്ച് സെന്റർ സന്ദർശിച്ച അവസരത്തിൽ അവിടുത്തെ ശാസ്ത്രജ്ഞന്മാരുമായി ചർച്ച നടത്തിയതിനെ തുടർന്നാണ് ആദ്യത്തെ ആണവ പരീക്ഷണം യാഥാർത്ഥ്യമാക്കുവാൻ അവർ നിർദ്ദേശിച്ചത്. തുടർന്ന് 1974 ലെ ബുദ്ധപൂർണ്ണിമ ദിനത്തിൽ പൊഖ്റാനിൽ ആദ്യത്തെ ആണവ പരീക്ഷണം നടത്തുവാൻ രാമണ്ണയെയും സഹപ്രവർത്തകരെയും ഇന്ദിരാഗാന്ധി ചുമതലപ്പെടുത്തി. വാക്കാലുള്ള ഈ നിർദ്ദേശം പുറത്ത് മറ്റാരും അറിയാതിരിക്കാനും അവർ നിർദ്ദേശിച്ചു. "ബുദ്ധൻ ചിരിക്കുന്നു" എന്ന കോഡ് നാമത്തിലാണ് ലോകത്തെ അത്ഭുതപ്പെടുത്തിയ ഈ പരീക്ഷണം നടന്നത്. പരീക്ഷണം വിജയകരമായതോടെ ഇന്ത്യക്ക് അനുകൂലമായും പ്രതികൂലമായും ഒട്ടേറെ ലോകരാഷ്ട്രങ്ങൾ രംഗത്ത് എത്തി. ശ്രീമതി ഗാന്ധിയുടെ തന്ത്ര

പരമായ നീക്കങ്ങൾ പ്രതിഷേധക്കാരുടെ നാവ് അടപ്പിച്ചു എന്ന തത്രേ വസ്തുത.

ജീവിതരേഖ

1925 ജനുവരി 28 ന് കർണ്ണാടകത്തിലെ തുംകൂർ എന്ന ഗ്രാമത്തിലാണ് രാമണ്ണയുടെ ജനനം. പിതാവ് ബി രാമണ്ണയും മാതാവ് രുക്മിണിയുമായിരുന്നു. ചെറുപ്പത്തിൽ തന്നെ ബാലനായ രാമണ്ണയ്ക്ക് സംഗീതത്തിലുള്ള അഭിരുചി മാതാപിതാക്കൾ മനസ്സിലാക്കി. കുട്ടിയെ യൂറോപ്യൻ ക്ലാസിക്കൽ സംഗീതവും ഉപകരണസംഗീതവും അഭ്യസിപ്പിക്കാൻ അച്ഛനമ്മമാർ ഏർപ്പാടുകൾ ചെയ്തു.

പ്രാഥമിക വിദ്യാഭ്യാസം ബാംഗ്ലൂരിലെ ബിഷപ്പ് കോട്ടൺ ബോക്സ് ഹൈസ്കൂളിലായിരുന്നു. പിന്നീട് മദ്രാസ് ക്രിസ്ത്യൻ കോളേജിൽ പഠിച്ച് 1945 ൽ ഫിസിക്സിൽ ബി എസ് സി ബിരുദം നേടി. 1947 ൽ ക്ലാസിക്കൽ സംഗീതത്തിൽ ബി എ ബിരുദവും സമ്പാദിച്ചു.

തുടർന്ന് ബോംബെ യൂണിവേഴ്സിറ്റിയിൽനിന്ന് അദ്ദേഹം ഫിസിക്സിൽ എം എസ് സി ബിരുദം നേടി. കോമൺ വെൽത്ത് സ്കോളർഷിപ്പോടുകൂടി ഉപരിപഠനത്തിനായി 1952 ൽ രാജാരാമണ്ണ ലണ്ടനിലേക്കു പോയി. അവിടെ കേംബ്രിഡ്ജ് യൂണിവേഴ്സിറ്റിയിലെ കിങ്സ് കോളേജിൽ ചേരുകയും ന്യൂക്ലിയർ ഫിസിക്സിൽ ഡോക്ടറേറ്റ് സമ്പാദിക്കുകയും ചെയ്തു. ഇംഗ്ലണ്ടിൽ താമസിക്കുന്ന കാലത്ത് രാജാരാമണ്ണ യൂറോപ്യൻ സംഗീതത്തിലും പടിഞ്ഞാറൻ തത്ത്വശാസ്ത്രത്തിലും പഠനം നടത്തി. പൊതുവേദികളിൽ സംഗീതം അവതരിപ്പിക്കുവാനും പിയാനോ വായിക്കുവാനും അദ്ദേഹത്തിന് അവസരങ്ങൾ ലഭിച്ചു.

ഇന്ത്യയിൽ തിരിച്ചെത്തിയ രാമണ്ണ മുംബൈയിലെ ടാറ്റാ ഇൻസ്റ്റിറ്റ്യൂട്ട് ഓഫ് ഫണ്ടമെന്റൽ സയൻസിൽ ഒരു ശാസ്ത്രജ്ഞനായി ചേർന്നു. ആണവശാസ്ത്രജ്ഞരായി അക്കാലത്ത് വളരെ കുറച്ചുപേരേ ഇന്ത്യയിൽ ഉണ്ടായിരുന്നുള്ളൂ. ഡോ. ഹോമി ജെ ഭാഭ ടാറ്റാ ഇൻസ്റ്റിറ്റ്യൂട്ടിന്റെ ഡയറക്ടറായി പ്രവർത്തിക്കുന്ന കാല

മായിരുന്നു അത്. ആണവ ഗവേഷണരംഗത്തെ തുടക്കക്കാരനായ രാമണ്ണയ്ക്ക് ഡോ. ഭാഭ എല്ലാവിധ പ്രോത്സാഹനങ്ങളും നല്കി. ഡോ. ഭാഭയുമായി ചേർന്ന് ടാറ്റാ ഇൻസ്റ്റിറ്റ്യൂട്ടിൽ പ്രവർത്തിക്കുമ്പോഴാണ് ഇരുവരുടെയും ശ്രമഫലമായി 1956 ൽ ഇന്ത്യയുടെ ആദ്യത്തെ ആണവ റിയാക്ടർ 'അപ്സര' കമ്മീഷൻ ചെയ്തത്.

1952 മേയ് 19 നാണ് രാജാ രാമണ്ണ വിവാഹിതനായത്. മാലതിയായിരുന്നു അദ്ദേഹത്തിന്റെ സഹധർമ്മിണി. 1957 ൽ ഡോ. ഭാഭായോടൊപ്പം ചേർന്ന് ബാർക്ക് ട്രെയിനിങ് സ്കൂൾ സ്ഥാപിച്ചതോടെ ആണവ ഗവേഷണരംഗത്ത് പുതിയ ഉണർവ്വ് കണ്ടുതുടങ്ങി. രാജാരാമണ്ണയുടെ നേതൃത്വത്തിൽ ശാസ്ത്രരംഗം കൂടുതൽ ഊർജ്ജസ്വലമായി.

1966 ൽ ഹോമി ജെ ഭാഭയുടെ ആകസ്മികമായ നിര്യാണത്തെ തുടർന്ന് ആണവ പരീക്ഷണങ്ങളുടെ നേതൃത്വം രാജാരാമണ്ണയിൽ വന്നുചേർന്നു. ആണവ ശക്തിയുടെ സാദ്ധ്യതകൾ പരമാവധി ഉപയോഗപ്പെടുത്താനായിരുന്നു അദ്ദേഹത്തിന്റെ പരിശ്രമങ്ങൾ.

1972 ൽ രാമണ്ണ ഭാഭാ ആറ്റമിക് റിസർച്ച് സെന്ററിന്റെ ഡയറക്ടറായി നിയമിക്കപ്പെട്ടു. അന്ന് പ്രധാനമന്ത്രിയായിരുന്ന ഇന്ദിരാഗാന്ധിയുമായി നടന്ന ചർച്ചയെ തുടർന്ന് ഇന്ത്യയുടെ പ്രഥമ ആണവ പരീക്ഷണം സാക്ഷാൽക്കാരമായ കാര്യം നേരത്തെ സൂചിപ്പിച്ചിട്ടുണ്ടല്ലോ. പിന്നീട് ഈ ആണവ പരീക്ഷണത്തിന്റെ ബുദ്ധികേന്ദ്രം ആരെന്നറിയുവാൻ പല കേന്ദ്രങ്ങളും ശ്രമങ്ങൾ നടത്തി ഇറാഖിലെ പ്രസിഡന്റ് സദ്ദാംഹുസൈൻ രാമണ്ണയെ ഇറാഖിലേക്ക് ക്ഷണിക്കുകയും, ആ ക്ഷണം സ്വീകരിച്ച് 1978 ൽ രാമണ്ണ ഇറാഖ് സന്ദർശിക്കുകയും ചെയ്തു. അദ്ദേഹവുമായുള്ള ചർച്ചയിൽ സദ്ദാംഹുസൈൻ, രാമണ്ണയെ ഇറാഖിൽതന്നെ തുടർന്നു പ്രവർത്തിക്കുവാനും അദ്ദേഹത്തിന്റെ ഏതു നിർദ്ദേശവും അംഗീകരിക്കുമെന്നും പറഞ്ഞു. ആ പ്രലോഭനങ്ങളൊന്നും മുഖവിലയ്ക്ക് എടുക്കാതെ രാമണ്ണ ഇന്ത്യയിലേക്കു മടങ്ങി.

അന്തർദ്ദേശീയ ഫിസിക്സ് കോൺഫറൻസിൽ പങ്കെടുക്കാൻ രാമണ്ണ പാകിസ്ഥാൻ സന്ദർശിച്ചു. ന്യൂക്ലിയർ ഫിസിക്സ് എന്ന വിഷയത്തിൽ അദ്ദേഹം കോൺഫറൻസിൽ ഒരു പ്രഭാഷണം നടത്തി.

1984 വരെ രാജാരാമണ്ണ ഭാഭാ ആറ്റമിക് റിസർച്ച് സെന്ററിന്റെ ഡയറക്ടറായി പ്രവർത്തിച്ചു. ഇടയ്ക്ക് 1978 മുതൽ 1981 വരെ പ്രതിരോധ ഗവേഷണവികസന സമിതിയുടെ മേധാവിയായും അദ്ദേഹം സേവനമനുഷ്ഠിച്ചു.

1984 ൽ രാമണ്ണ അണുശക്തി കമ്മീഷൻ ചെയർമാനായി സ്ഥാനമേറ്റു. തുടർന്ന് 1986 ൽ വിയന്നയിൽ നടന്ന അന്താരാഷ്ട്ര ആറ്റമിക് എനർജി കോൺഗ്രസിൽ ഇന്ത്യയെ പ്രതിനിധീകരിച്ച് അദ്ദേഹം പങ്കെടുത്തു. ഇന്ത്യയിലെ പ്രശസ്ത ഗവേഷണ സ്ഥാപനമായ ഇന്ത്യൻ അക്കാദമി ഓഫ് സയൻസിന്റെ വൈസ് പ്രസിഡന്റായും ഇന്ത്യൻ ഇൻസ്റ്റിറ്റ്യൂട്ട് ഓഫ് സയൻസ്, ബാംഗ്ലൂരിന്റെ ഗവേഷണ വിഭാഗത്തിലും അദ്ദേഹം ശ്രദ്ധ ചെലുത്തിയിരുന്നു. 1987 ൽ ബാംഗ്ലൂരിൽ നാഷണൽ ഇൻസ്റ്റിറ്റ്യൂട്ട് ഓഫ് അഡ്വാൻസ്ഡ് സ്റ്റഡീസ് എന്ന സ്ഥാപനം അദ്ദേഹം സ്ഥാപിച്ചു.

1990 ൽ വി പി സിങ് മന്ത്രിസഭയിൽ കേന്ദ്ര പ്രതിരോധവകുപ്പ് സഹമന്ത്രിയായി രാജാ രാമണ്ണ നിയമിക്കപ്പെട്ടു. 1997 മുതൽ 2003 വരെ അദ്ദേഹം രാജ്യസഭാംഗമായും പ്രവർത്തിച്ചിരുന്നു.

സി രാധാകൃഷ്ണൻ അനുഭവകഥ

പ്രശസ്ത സാഹിത്യകാരനായ സി രാധാകൃഷ്ണൻ ഒരു ശാസ്ത്രകാരൻ കൂടിയാണെന്ന വസ്തുത പലർക്കും പുതിയ അറിവായിരിക്കും. അദ്ദേഹം ഡോ. രാജാ രാമണ്ണയുമായുള്ള തന്റെ വ്യക്തിപരമായ സൗഹൃദത്തിനു പിന്നിലെ കഥ 2004 ഒക്ടോബർ 2 ലെ *മാതൃഭൂമി* വാരാന്ത്യപതിപ്പിൽ എഴുതിയിരുന്നു. രാമണ്ണ എന്ന വ്യക്തിയുടെ മനുഷ്യസ്നേഹവും വസ്തുതകൾ വിശദമായി മനസ്സിലാക്കുന്നതിലെ സാമർത്ഥ്യവും *രാജാ രാമണ്ണയ്ക്കു മരണമില്ല* എന്ന തന്റെ ലേഖനത്തിൽ വിശദമാക്കിയിട്ടുണ്ട്.

1965 ൽ ഇന്ത്യ ആണവായുധശേഷി കൈവരിച്ചു എന്നു വ്യക്തമാക്കുന്ന ഒരു റിപ്പോർട്ട് അന്ന് ബോംബെയിൽ പ്രവർത്തിച്ചുകൊണ്ടിരുന്ന സി രാധാകൃഷ്ണൻ *ടൈംസ് ഓഫ് ഇന്ത്യ*യുടെ *സയൻസ് ടുഡേ* എന്ന മാസികയിൽ പ്രസിദ്ധീകരിക്കുകയുണ്ടായി. ഈ ലേഖനം പുറത്തുവന്നതോടെ വിഷയം ഇന്ത്യൻ പാർലമെന്റിൽ ഒച്ചപ്പാടുണ്ടാക്കി. അതേത്തുടർന്ന് ഈ ലേഖനമെഴുതിയ വ്യക്തിക്കെതിരെ നടപടി സ്വീകരിക്കാനായി ഒരു വിദഗ്ദ്ധാന്വേഷണം പ്രഖ്യാപിക്കപ്പെട്ടു.

മുംബൈയിലെ ഓൾഡ്യാറ്റ് ക്ലബ്ബിലായിരുന്നു അന്ന് അണുശക്തി കമ്മീഷൻ ആഫീസ്. അവിടെവച്ചാണ് ലേഖകനെ വിചാരണ ചെയ്യാനായി വിളിച്ചിരുന്നത്. അണുശക്തി കമ്മീഷൻ ചെയർമാൻ എച്ച് എൻ സേത്നയുടെ അദ്ധ്യക്ഷതയിൽ അഞ്ചാറുപേരുണ്ടായിരുന്നു വിചാരണയ്ക്ക്.

എന്ത് അടിസ്ഥാനത്തിലാണ് ഈ ലേഖനം എഴുതിയതെന്ന് ചെയർമാൻ ചോദിച്ചു. കാലാകാലങ്ങളിൽ അണുശക്തി കമ്മീഷൻ പ്രസിദ്ധീകരിച്ച ലഘുലേഖകളുടെ അടിസ്ഥാനത്തിലാണ് ലേഖനം തയ്യാറാക്കിയതെന്ന് ബോധിപ്പിച്ചശേഷം ആ ലഘുലേഖകൾ ഓരോന്നായി സി രാധാകൃഷ്ണൻ ചെയർമാന്റെ മുന്നിൽ സമർപ്പിച്ചു. ക്യാനഡാ-ഇന്ത്യ റിയാക്ടർ സ്ഥാപിച്ച കൊല്ലം, അതിലെ ഇന്ധനക്കണക്കും മറ്റുവിവരങ്ങളുമെല്ലാം ലഘുലേഖകളിൽ വ്യക്തമായി പ്രതിപാദിച്ചിരുന്നു. ചെയർമാന്റെ സമീപത്ത് അന്ന് അണുശക്തി കമ്മീഷൻ ഫിസിക്സ് ഡിവിഷന്റെ തലവനായിരുന്ന ഡോ. രാജാരാമണ്ണയുമുണ്ടായിരുന്നു. അദ്ദേഹം ലഘുലേഖകൾ ഓരോന്നായി നോക്കുകയും അതിലെ വിവരങ്ങൾ ശ്രദ്ധിച്ച് വായിച്ചശേഷം ഒന്നുപുഞ്ചിരിച്ചിട്ട് "കുട്ടി വായിക്കുന്നത് ഒരു ക്ഷന്തവ്യമായ അപരാധം മാത്രമാണെന്ന" നിലപാടെടുത്തു. അതോടെ രാജ്യദ്രോഹക്കുറ്റത്തിൽ നിന്ന് ലേഖകന് വിടുതൽ ലഭിക്കുകയും ചെയ്തു.

അഞ്ചാറുമാസത്തിനുശേഷം *സയൻസ് ടുഡേ*യ്ക്കുവേണ്ടി പ്രഗത്ഭ ശാസ്ത്രജ്ഞരെക്കുറിച്ച് ഒരു ലേഖനം പ്രസിദ്ധീകരിക്കുന്ന പരിപാടിയുടെ ഭാഗമായി ഡോ. രാജാരാമണ്ണയെ സന്ദർശിക്കുവാൻ സി രാധാകൃഷ്ണന് ഒരു അവസരം കൂടി ലഭിച്ചു.

അദ്ദേഹത്തിനെക്കൊണ്ട് ആദ്യലേഖനം എഴുതിച്ച് *സയൻസ് ടുഡേ*ക്കു നല്കിയപ്പോൾ ലേഖനം കുറേക്കൂടി ലളിതമായി. കൂടുതൽ ആളുകൾക്ക് വായിക്കാൻ ഉതകുന്ന രീതിയിലാക്കണമെന്ന് *സയൻസ് ടുഡേ* പ്രസിദ്ധീകരണവിഭാഗം നിർദ്ദേശിച്ചു. രാധാകൃഷ്ണൻ തന്നെ ആ ലേഖനം കുറേക്കൂടി ലളിതമായ ഭാഷയിൽ എഴുതി, ലേഖന കർത്താവിന്റെ അംഗീകാരം വാങ്ങാൻ രാമണ്ണയുടെ വീട്ടിൽ എത്തി.

'പഴയപ്രതി' വീണ്ടും വീട്ടിൽ എത്തിയപ്പോൾ "വീണ്ടും ഇയാളോ" എന്ന കുസൃതി ചോദ്യമാണ് രാമണ്ണ ആദ്യപ്രതികരണത്തിൽ പ്രകടിപ്പിച്ചത്. കാര്യം വിശദമാക്കിയപ്പോൾ ആദ്യം അദ്ദേഹം സമ്മതിച്ചില്ല. "താൻ എഴുതിത്തന്ന ലേഖനം മനസ്സിലാക്കുന്നില്ല" എന്നു പറയുന്നതിലെ യുക്തിയാണ് അദ്ദേഹം ചോദ്യം ചെയ്തത്. എന്നാൽ മൂലലേഖനവും 'പരിഭാഷയുമായി' അദ്ദേഹം വീട്ടിനുള്ളിലേക്കു പോയി.

അരമണിക്കൂർ കഴിഞ്ഞ് രണ്ടു മാറ്ററുകളുമായി പുഞ്ചിരിച്ചുകൊണ്ടാണ് അദ്ദേഹം തിരിച്ചുവന്നത്. ആദ്യലേഖനവും പരിഭാഷയും വായിച്ച അദ്ദേഹത്തിന്റെ ശ്രീമതി പരിഭാഷയ്ക്ക് അനുകൂലമായി അഭിപ്രായം പറഞ്ഞു. അതോടെ അദ്ദേഹത്തിന്റെ സംശയങ്ങൾ നീങ്ങുകയും രാധാകൃഷ്ണൻ തയ്യാറാക്കിയ ലേഖനത്തിന് കൈയൊപ്പിട്ട് അംഗീകാരം നല്കുകയും ചെയ്തു.

പിന്നീട് അവർ തമ്മിൽ പലതവണ കണ്ടുമുട്ടുന്നതിനും ആ സൗഹൃദം വളരെ നാൾ തുടരുന്നതിനും ഇടവന്ന കാര്യം ലേഖനത്തിൽ സി രാധാകൃഷ്ണൻ ഓർമ്മിക്കുന്നു. "രാജാരാമണ്ണ എന്നാൽ ഒരു കൊച്ചുകുട്ടിയുടെ അന്വേഷണപരതയും, നിഷ്കളങ്കതയുമായിരുന്നു എന്ന് സി രാധാകൃഷ്ണൻ ഓർത്തെടുക്കുന്നു. സംഗീതത്തെപ്പറ്റിയും ഉപനിഷത്തുകളെപ്പറ്റിയും മറ്റും ദീർഘനേരം സംസാരിക്കുവാനും അതിൽനിന്ന് നവോന്മേഷം ലഭിക്കുവാനും ഇടയായ കാര്യവും രാധാകൃഷ്ണൻ എടുത്തുപറഞ്ഞിട്ടുണ്ട്.

പാർലമെന്റിൽ വളരെ ഒച്ചപ്പാടുണ്ടാക്കിയ ഒരു സംഭവമായിരുന്നിട്ടും തന്റെ സൂക്ഷ്മ നിരീക്ഷണത്തിൽ സി രാധാകൃഷ്ണന്റെ നിരപരാധിത്വവും വസ്തുതാപരമായ വിശകലന

ത്തിലെ സത്യസന്ധതയും രാജാരാമണ്ണയ്ക്ക് ബോദ്ധ്യമായി. അതാണ് പ്രമാദമായ ഒരു കേസ് ഒച്ചപ്പാടില്ലാതെ അവസാനിപ്പിക്കുവാൻ ഇടയായത്. രാമണ്ണയുടെ നിക്ഷ്പക്ഷതയും പ്രശ്നങ്ങളെ ആഴത്തിൽ മനസ്സിലാക്കാനുള്ള കഴിവും ഈ സംഭവത്തിലൂടെ ഇവിടെ പ്രകടമാകുന്നു.

പുരസ്കാരങ്ങൾ

ശാസ്ത്രസാങ്കേതികരംഗങ്ങളിലെ പ്രശസ്ത സേവനങ്ങൾക്കായി 1963 ൽ രാജാരാമണ്ണയ്ക്ക് ശാന്തിസ്വരൂപ് ഭട്നഗർ അവാർഡ് നല്കുകയുണ്ടായി. 1968 ൽ പത്മശ്രീ ബഹുമതിയും 1973 ൽ പത്മഭൂഷണും 1975 ൽ പത്മവിഭൂഷണും നല്കി രാഷ്ട്രം അദ്ദേഹത്തെ ആദരിച്ചു.

ഒരു ശാസ്ത്രജ്ഞൻ എന്നതിലുപരിയായി ഇന്ത്യൻ തത്ത്വചിന്ത, സംഗീതം, യോഗ എന്നിവയിലും രാമണ്ണ തന്റെ കഴിവുകൾ പ്രകടമാക്കിയിരുന്നു. ഒരു ഭൗതികശാസ്ത്രജ്ഞൻ ഈ രംഗങ്ങളിൽ താല്പര്യം കാണിക്കുന്നത് ഒരു സവിശേഷതയായി കണ്ക്കാക്കാം. പൊതു പരിപാടികളിൽ പിയാനോ കച്ചേരി നടത്തിയിരുന്ന അദ്ദേഹം, ലണ്ടനിൽ വിദ്യാർത്ഥിയായിരുന്ന കാലത്ത് റോയൽ സ്കൂൾ ഓഫ് മ്യൂസിക്കിൽ നിന്ന് സംഗീതത്തിൽ ഡിപ്ലോമയും സമ്പാദിച്ചിട്ടുണ്ട്.

The structure of Music in Ragas and Western system (സംഗീതഘടന, രാഗങ്ങളിലെ പാശ്ചാത്യ സമ്പ്രദായത്തിൽ) എന്ന പേരിൽ ഇംഗ്ലീഷിൽ അദ്ദേഹം ഒരു ഗ്രന്ഥം പ്രസിദ്ധപ്പെടുത്തിയിട്ടുണ്ട്. കൂടാതെ പത്താം നൂറ്റാണ്ടിലെ ഭക്തികാവ്യമായ *മുകുന്ദമാല* സംസ്കൃതഭാഷയിൽനിന്ന് ഇംഗ്ലീഷിലേക്ക് വിവർത്തനം ചെയ്തു പ്രസിദ്ധപ്പെടുത്തിയിരുന്നു 1991 ൽ തന്റെ ആത്മകഥയായ *ഒരു തീർത്ഥാടകന്റെ വർഷങ്ങൾ* (Years of a Pilgrimage) എന്ന കൃതിയും അദ്ദേഹം പ്രസിദ്ധീകരിച്ചു.

ഹൃദ്രോഗ ബാധയെ തുടർന്ന് ചികിത്സയിലിരിക്കെ, 2004 സെപ്തംബർ 24 ന് രാജാ രാമണ്ണ മുംബൈയിൽ നിര്യാതനായി.

അദ്ദേഹത്തിന്റെ സ്മാരകമായി മദ്ധ്യപ്രദേശിലെ ഇൻഡോ

റിലുള്ള അഡ്വാൻസ് ടെക്നോളജി എന്ന സ്ഥാപനത്തിന് രാജാ രാമണ്ണ സെന്റർ ഫോർ അഡ്വാൻസ്ഡ് ടെക്നോളജി എന്ന് നാമകരണം ചെയ്യുകയുണ്ടായി.

രാജാരാമണ്ണയുടെ വേർപാടിനെത്തുടർന്ന് ഡോ. എ പി ജെ അബ്ദുൾകലാം ഇങ്ങനെ പ്രസ്താവിക്കുകയുണ്ടായി. "വ്യക്തി പരമായി കനത്ത നഷ്ടമാണ് എനിക്കു സംഭവിച്ചത്. ശാസ്ത്ര സാങ്കേതിക മേഖലയ്ക്ക് എന്നും പ്രചോദനമായിരുന്ന ഡോ. രാമണ്ണയുടെ ദേഹവിയോഗം രാഷ്ട്രത്തിന് നികത്താനാവാത്ത നഷ്ടമാണ്. ജീവിതത്തെ ഒരു തീർത്ഥാടനയാത്രയായി കണ്ട പ്രതി ഭാശാലിയായ ശാസ്ത്രജ്ഞനായിരുന്നു ഡോ. രാജാരാമണ്ണ."

ജീവിതരേഖ

1925 ജനുവരി 28. ജനനം കർണ്ണാടകത്തിലെ തുംകൂറിൽ
അച്ഛൻ: ബി രാമണ്ണ
അമ്മ: രുക്മിണി അമ്മ

1945 ഫിസിക്സിൽ ബി എസ് സി ബിരുദം

2947 ക്ലാസിക്കൽ സംഗീതത്തിൽ ബി എ ബിരുദം

1949 ഇംഗ്ലണ്ടിലെ കേംബ്രിഡ്ജ് യൂണിവേഴ്സിറ്റിയിൽനിന്ന് ഡോക്ടറേറ്റ്

1949 ടാറ്റാ ഇൻസ്റ്റിറ്റ്യൂട്ട് ഓഫ് ഫണ്ടമെന്റൽ റിസർച്ചിൽ

1952 മേയ് 19 വിവാഹിതനാകുന്നു. ഭാര്യ മാലതി

1957 ബാർക്ക് ട്രെയിനിങ് സ്കൂൾ സ്ഥാപനം.

1972 ഭാഭാ ആറ്റമിക് റിസർച്ച് ഇൻസ്റ്റിറ്റ്യൂട്ടിൽ ഡയറക്ടർ.

1974 ആദ്യത്തെ ആണവ വിസ്ഫോടനത്തിന് നേതൃത്വം.

1977-78 നാഷണൽ സയൻസ് അക്കാദമി പ്രസിഡന്റ്

1978 പ്രതിരോധ ഗവേഷണ സമിതി അദ്ധ്യക്ഷൻ.

1986 വിയന്നയിൽ അന്താരാഷ്ട്ര ആറ്റമിക് എനർജി കോൺഫ്രൻസ്

1987 നാഷണൽ ഇൻസ്റ്റിറ്റ്യൂട്ട് ഓഫ് അഡ്വാൻസ്ഡ് സ്റ്റഡീസ് സ്ഥാപിച്ചു.

1990 കേന്ദ്രപ്രതിരോധ സഹമന്ത്രി

1991 *ഒരു തീർത്ഥാടകന്റെ വർഷങ്ങൾ* - ആത്മകഥ പ്രസിദ്ധീകരിക്കുന്നു.

1993 *സംഗീതഘടന- രാഗങ്ങളിലും പാശ്ചാത്യ സമ്പ്രദായത്തിലും* ഗ്രന്ഥം പ്രസിദ്ധീകരിച്ചു.

1997-2003 രാജ്യസഭാംഗം

2004 സെപ്തംബർ 24. മുംബൈയിൽ നിര്യാതനാവുന്നു.

പ്രൊഫ. എം ജി കെ മേനോൻ

ഇന്ത്യൻ ശാസ്ത്രസാങ്കേതികരംഗത്തെ ഇന്നത്തെ നിലയിൽ രൂപപ്പെടുത്തുവാൻ യത്നിച്ച ആദ്യകാല ശാസ്ത്രജ്ഞന്മാരിൽ പ്രമുഖനായിരുന്നു വിഖ്യാതനായ പ്രൊഫ. എം ജി കെ മേനോൻ എന്ന മാമ്പിള്ളിക്കളത്തിൽ ഗോവിന്ദ കുമാരമേനോൻ. പത്മശ്രീ, പത്മഭൂഷൺ, പത്മവിഭൂഷൺ എന്നീ ഭാരതത്തിലെ പ്രശസ്തമായ മൂന്നു ബഹുമതികളും നേടിയിട്ടുള്ള ഏക കേരളീയ ശാസ്ത്രജ്ഞൻ കൂടിയാണ് അദ്ദേഹം. കേന്ദ്ര മന്ത്രിസഭയിൽ ശാസ്ത്രസാങ്കേതികവകുപ്പിന്റെ ചുമതലയുള്ള മന്ത്രിയായും അദ്ദേഹം സേവനമനുഷ്ഠിച്ചിട്ടുണ്ട്.

1928 ആഗസ്ത് 28 ന് മംഗലാപുരത്താണ് എം ജി കെ മേനോൻ ജനിച്ചത്. അന്ന് മംഗലാപുരത്ത് ജില്ലാ ജഡ്ജിയായിരുന്നു അദ്ദേഹത്തിന്റെ പിതാവ് കിഴക്കേപ്പാട്ട് ശങ്കരമേനോൻ. പഴയ വള്ളുവനാടൻ താലൂക്കിൽപ്പെട്ട ഒറ്റപ്പാലം ശ്രീകൃഷ്ണപുരത്ത് മാമ്പിള്ളിക്കളത്തിൽ നാരായണിക്കുട്ടിയമ്മയായിരുന്നു മാതാവ്. ജയ്പൂർ സ്റ്റേറ്റിൽ വിദ്യാഭ്യാസമന്ത്രിയും മദ്രാസ് ഹൈക്കോടതിയിൽ ജഡ്ജിയായും ശങ്കരമേനോൻ സേവനമനുഷ്ഠിച്ചിട്ടുണ്ട്.

ഒറ്റപ്പാലത്തായിരുന്നു കുമാരമേനോന്റെ പ്രാഥമിക വിദ്യാ

ഭ്യാസം. തറവാട്ടുമുറ്റത്ത് ഓടിക്കളിച്ചതും അമ്പലക്കുളത്തിൽ ചാടിക്കളിച്ചതുമെല്ലാം അദ്ദേഹം, ഒരിക്കൽ ജന്മനാട്ടിൽ വന്നപ്പോൾ അനുസ്മരിക്കുകയുണ്ടായി. മദിരാശിയിൽ നിന്നാണ് അദ്ദേഹം 1942 ൽ മെട്രിക്കുലേഷൻ പരീക്ഷ പാസായത്. പിന്നീട് ജോദ്പൂരിൽനിന്ന് ഇന്റർമീഡിയറ്റും ആഗ്രാ സർവ്വകലാശാലയിൽ നിന്ന് ബി എസ് സി ബിരുദവും നേടി. തുടർന്ന് ബോംബെ റോയൽ ഇൻസ്റ്റിറ്റ്യൂട്ട് ഓഫ് സയൻസിൽ ന്യൂക്ലിയർ സ്പെക്ടോസ്കോപ്പിയിൽ ഗവേഷണം നടത്തുകയും എം എസ് സി ബിരുദം സമ്പാദിക്കുകയും ചെയ്തു.

ഇംഗ്ലണ്ടിൽ

1949 ൽ ഉപരിപഠനത്തിനായി മേനോൻ ഇംഗ്ലണ്ടിലേക്കു പോയി. അവിടുത്തെ ബ്രിസ്റ്റോൾ സർവ്വകലാശാലയിൽ നോബൽ സമ്മാനജേതാവ് പ്രൊഫ. സി എഫ് പവ്വലിന്റെ കീഴിൽ ഗവേഷണം ആരംഭിച്ചു. 1952 ൽ ഫിസിക്സിൽ ഡോക്ടറേറ്റ് നേടിയ ശേഷം അവിടെത്തന്നെ ഗവേഷണം തുടർന്നു. ന്യൂക്ലിയർ എമൽഷൻ ടെക്നിക്കിന്റെ വികസനത്തെക്കുറിച്ചും പ്രാഥമിക കണികകളുടെ സ്വഭാവത്തെക്കുറിച്ചും കോസ്മിക് രശ്മികളെക്കുറിച്ചുമായിരുന്നു പിന്നീടുള്ള ഗവേഷണം. ഈ ഗവേഷണത്തിലൂടെ മേനോൻ കണ്ടെത്തിയ പുതിയ വിവരങ്ങൾ സി എഫ് പവ്വൽ, ഫൗളർ, പെർക്കിൻസ് എന്നിവർ ചേർന്ന് രചിച്ച *ദി സ്റ്റഡി ഓഫ് എലിമെന്ററി പാർട്ടിക്കിൾസ് ബൈ ഫോട്ടോഗ്രാഫിക് മെത്തേഡ്* എന്ന ഗ്രന്ഥത്തിൽ വിശദമായി ചർച്ച ചെയ്യപ്പെടുന്നുണ്ട്. പ്രശസ്ത ശാസ്ത്രജ്ഞനായിരുന്ന ഹോമി ജെ ഭാഭയുമായി ഇംഗ്ലണ്ടിൽവച്ചാണ് മേനോൻ പരിചയപ്പെടുന്നത്. ഡോ. ഭാഭ, മേനോനെ ബോംബെയിൽ ടാറ്റാ ഇൻസ്റ്റിറ്റ്യൂട്ടിലേക്ക് ക്ഷണിക്കുകയും ചെയ്തു.

1955 ൽ ഇന്ത്യയിൽ തിരിച്ചെത്തിയ മേനോൻ ടാറ്റാ ഇൻസ്റ്റിറ്റ്യൂട്ട് ഓഫ് ഫണ്ടമെന്റൽ റിസർച്ചിൽ ഒരു റീഡറായി നിയമിക്കപ്പെട്ടു. ഡോ. ഭാഭയായിരുന്നു ഡയറക്ടർ. 1958 ൽ അസോസ്യേറ്റ്

പ്രൊഫസറായ മേനോനെ 1960 ൽ ഫിസിക്സ് ഫാക്കൽറ്റിയുടെ ഡീനും പ്രൊഫസറുമായി നിയമിക്കുകയുണ്ടായി. 1964 ൽ അദ്ദേഹം അവിടെ ഡെപ്യൂട്ടി ഡയറക്ടറായി.

1966 ൽ ഡോ. ഭാഭയുടെ ആകസ്മിക നിര്യാണത്തെത്തുടർന്ന് ടാറ്റാ ഇൻസ്റ്റിറ്റ്യൂട്ട് ഭാഭാ ഫണ്ടമെന്റൽ റിസർച്ചിന്റെ ഡയറക്ടറായി പ്രൊഫ. എം ജി കെ മേനോൻ നിയമിക്കപ്പെട്ടു. കോസ്മിക് രശ്മികളെപ്പറ്റിയാണ് മേനോൻ ഇന്ത്യയിൽ എത്തിയ ശേഷം പ്രധാനമായും ഗവേഷണം നടത്തിയത്. 1971 ൽ ഇലക്ട്രോണിക്സ് കമ്മീഷൻ ചെയർമാനും വകുപ്പുസെക്രട്ടറിയുമായി മേനോൻ നിയമിതനായി. ബ്രിസ്റ്റോൾ സർവ്വകലാശാലയിൽ ഗവേഷണം നടത്തിയിരുന്ന കാലത്ത്, അവിടെ തത്ത്വശാസ്ത്രവും മനഃശാസ്ത്രവും പഠിച്ചുകൊണ്ടിരുന്ന ഗുജറാത്തിക്കാരി ഇന്ദുമതി പട്ടേലിനെയാണ് മേനോൻ പിന്നീട് വിവാഹം ചെയ്തത്.

കോസ്മിക് രശ്മികളെക്കുറിച്ച് മേനോൻ നടത്തിയ ഗവേഷണം, ഈരംഗത്ത് സുപ്രധാനമായ പല പുതിയ വിവരങ്ങളും വെളിപ്പെടുത്തപ്പെട്ടു. ഭാരംകൂടിയ മൈസോണുകളെപ്പറ്റിയും, ഹൈപ്പറോണുകളെപ്പറ്റിയും അദ്ദേഹം വിശദമായ ഗവേഷണം നടത്തി. 20 ലക്ഷം ക്യൂബിക് അടി വ്യാപ്തിയുള്ള ബലൂണുകൾവരെ ഉയരത്തിൽ അയച്ച് മേനോൻ പഠനം നടത്തിയിരുന്നു. കോലാർ സ്വർണ്ണഖനികളിൽ ഏറ്റവും അധികം ആഴത്തിൽ, മേനോനും സഹപ്രവർത്തകരും ജപ്പാനിലെ ചില ശാസ്ത്രജ്ഞരോടൊപ്പം പ്രോട്ടോണിന്റെ ക്ഷമതയെ സംബന്ധിച്ചുള്ള നൂതന പരീക്ഷണങ്ങൾ നടത്തുകയുണ്ടായി. കോലാർ സ്വർണ്ണഖനി പാർട്ടിക്കിൾ എക്സ്പിരിമെന്റ്സ് എന്നാണ് ഇത് അറിയപ്പെടുന്നത്.

1961 ൽ രാഷ്ട്രം പത്മശ്രീ ബഹുമതി നല്കി മേനോനെ ആദരിച്ചു. തുടർന്ന് 1968 ൽ പത്മഭൂഷണും 1985 ൽ പത്മവിഭൂഷണും അദ്ദേഹത്തെ തേടിയെത്തി. 1973 ൽ ലണ്ടനിലെ റോയൽ സൊസൈറ്റിയുടെ ഫെലോ ആയി മേനോൻ തെരഞ്ഞെടുക്ക

പ്പെട്ടു. ഈ ബഹുമതി ലഭിക്കുന്ന ഏക കേരളീയനാണ് പ്രൊഫ. എം ജി കെ മേനോൻ.

"ശാസ്ത്രം ഒരു അടിത്തറയാണ്. അടിത്തറ കൊണ്ടുമാത്രം കാര്യമില്ലല്ലോ. സർക്കാരും പഠനവും ആസൂത്രണവും ഉണ്ടെങ്കിലേ അടിത്തറയിൽനിന്ന് ആകാശത്തോളം വളർച്ചയുണ്ടാകൂ." ഒരു പ്രഭാഷണത്തിൽ മേനോൻ ചൂണ്ടിക്കാട്ടിയ വസ്തുതയാണിത്.

അറുപത്തി അഞ്ചോളം ഗവേഷണ പ്രബന്ധങ്ങൾ മേനോൻ പ്രസിദ്ധീകരിച്ചിട്ടുണ്ട്. ശാസ്ത്രീയനേട്ടങ്ങൾക്ക് ഇത്രയേറെ ബഹുമതികൾ ലഭിച്ചിട്ടുള്ള മറ്റൊരു മലയാളിശാസ്ത്രജ്ഞൻ വേറെയില്ല. ഇന്ത്യയിലെ പതിനൊന്ന് സർവ്വകലാശാലകളിൽ നിന്ന് ഡോക്ടറേറ്റ് നേടിയിട്ടുള്ള അദ്ദേഹം 1960 ലെ ശാന്തി സ്വരൂപ് ഭട്നഗർ അവാർഡും നേടിയിട്ടുണ്ട്. ഇന്ത്യൻ അക്കാദമി ഓഫ് സയൻസിന്റെയും നാഷണൽ ഇൻസ്റ്റിറ്റ്യൂട്ട് ഓഫ് സയൻസിന്റെയും ഫെലോ ആയി അദ്ദേഹത്തെ തെരഞ്ഞെടുത്തിരുന്നു.

1972 ൽ മേനോൻ ഐ എസ് ആർ ഒ ചെയർമാനായി നിയമിക്കപ്പെട്ടു. നേരത്തെ ടാറ്റാ ഇൻസ്റ്റിറ്റ്യൂട്ട് ഓഫ് ഫണ്ടമെന്റൽ റിസർച്ചിൽ മേനോൻ ഡയറക്ടറായിരുന്ന കാലത്താണ് എ പി ജെ അബ്ദുൾകലാം റോക്കറ്റ് എഞ്ചിനീയർ എന്ന തസ്തികയിൽ ഇന്റർവ്യൂവിന് അവിടെയെത്തിയത്. ഇന്റർവ്യൂ ബോർഡിൽ മേനോനെ കൂടാതെ വിക്രംസാരാഭായ്, സറാഫ് എന്നിവരും ഉണ്ടായിരുന്നു. അബ്ദുൾകലാമിന്റെ കഴിവുകൾ കണ്ടറിഞ്ഞ പ്രൊഫ. എം ജി കെ മേനോനാണ് അദ്ദേഹത്തെ റോക്കറ്റ് എഞ്ചിനീയറായി തെരഞ്ഞെടുത്തത്. പില്ക്കാലത്ത് കലാം തന്റെ ആത്മകഥയിൽ തന്നെ കൈപിടിച്ചുയർത്തിയ മേനോനെ അനുസ്മരിക്കുന്നുമുണ്ട്.

1974-78 ൽ പ്രതിരോധ മന്ത്രാലയത്തിലെ ശാസ്ത്രോപദേഷ്ടാവായി അദ്ദേഹം പ്രവർത്തിച്ചു. തുടർന്ന് 1980-81 ൽ പരിസ്ഥിതി സംരക്ഷണ വകുപ്പ് സെക്രട്ടറിയായി. പിന്നീട് ഇന്ദിരാ ഗാന്ധി കാലത്ത് സൈലന്റ് വാലി പ്രശ്നം പരിഹരിക്കാനുള്ള

വിദഗ്ദ്ധ കമ്മിറ്റിയിൽ മേനോനെ ഉൾപ്പെടുത്തുകയുണ്ടായി. സൈലന്റ് വാലി എന്ന നിത്യഹരിതവനം അതേ നിലയിൽ നില നിർത്തണമെന്ന ശുപാർശയ്ക്കു പിന്നിൽ എം ജി കെ മേനോന്റെ വിദഗ്ദ്ധാഭിപ്രായം ശ്രദ്ധിക്കപ്പെട്ടു. ഇന്നും സൈലന്റ് വാലി അതേ നിലയിൽ സ്ഥിതി ചെയ്യുന്നു എന്നതാണ് വസ്തുത.

1981-82 കാലത്ത് അഡീഷണൽ എനർജി സോഴ്സസ് കമ്മീഷനിൽ ചെയർമാനായി മേനോൻ നിയമിക്കപ്പെട്ടു. പ്രധാനമന്ത്രിയുടെ ശാസ്ത്രോപദേഷ്ടാവ്, ആസൂത്രണകമ്മീഷൻ അംഗം എന്നീ നിലകളിൽ പ്രവർത്തിച്ച അദ്ദേഹം രാഷ്ട്രത്തിന്റെ ശാസ്ത്ര സാങ്കേതിക നയം രൂപീകരിക്കുന്നതിലെ മുഖ്യശക്തിയായിരുന്നു

പിന്നീട് വി പി സിങ് പ്രധാനമന്ത്രിയായി ചാർജ്ജെടുത്തപ്പോൾ, ശാസ്ത്രസാങ്കേതികവിദ്യ തുടങ്ങിയവ സംബന്ധിച്ച ഉത്തരവാദിത്വം, ഒരു ശാസ്ത്രജ്ഞൻ തന്നെ നിർവ്വഹിക്കുന്നതു നന്നായിരിക്കുമെന്ന് അഭിപ്രായപ്പെടുകയും പ്രൊഫ. എം ജി കെ മേനോനെ ശാസ്ത്രസാങ്കേതിക വകുപ്പുമന്ത്രിയായി കാബിനറ്റിൽ ഉൾപ്പെടുത്തുകയും ചെയ്തു. മന്ത്രിസഭ അധികകാലം നിലനില്ക്കാതിരുന്നതിനാൽ മേനോന്റെ ശരിയായ പ്രവർത്തനങ്ങളുടെ ഫലം ഇന്ത്യക്ക് ലഭിക്കാതെ പോയി എന്നു പറയുന്നതാവും ശരി.

മന്ത്രിസ്ഥാനത്തുനിന്ന് അദ്ദേഹം പുറത്തുവന്നെങ്കിലും തന്റെ ശാസ്ത്രീയ ഗവേഷണങ്ങളുമായി മുന്നോട്ടു പോകാൻ അദ്ദേഹം ശ്രദ്ധിച്ചു. ടാറ്റാ ഇൻസ്റ്റിറ്റ്യൂട്ട് ഓഫ് ഫണ്ടമെന്റൽ റിസർച്ച് എന്ന സ്ഥാപനം വലിയ പുരോഗതി നേടിയതിനു പിന്നിൽ മേനോന്റെ പ്രതിഭയും അദ്ധ്വാനവും എടുത്തു പറയേണ്ടിയിരിക്കുന്നു.

പേറ്റന്റ് നിയമം സംബന്ധിച്ചുള്ള ഒരു ദേശീയ സെമിനാറിൽ പങ്കെടുക്കാൻ തിരുവനന്തപുരത്ത് എത്തിയ മേനോൻ, പേറ്റന്റ് നിയമം സംബന്ധിച്ച് തന്റെ വ്യക്തമായ അഭിപ്രായം ചൂണ്ടിക്കാട്ടി. "അനാവശ്യഭയം ഒഴിവാക്കി രാജ്യത്തിന്റെ ആവശ്യങ്ങൾക്കനുസൃതമായി പേറ്റന്റ് നിയമത്തെ ഉപയോഗപ്പെടുത്തുകയാണു വേണ്ടതെന്ന് അദ്ദേഹം ഉദ്ബോധിപ്പിച്ചു. ലോക

രാഷ്ട്രങ്ങൾ എല്ലാം പുതിയ പേറ്റന്റ് നിയമവുമായി മുന്നോട്ടു പോകുമ്പോൾ, നമുക്കുമാത്രം മാറിനില്ക്കാനാവില്ലെന്ന് അദ്ദേഹം ചൂണ്ടിക്കാട്ടി. വൈവിദ്ധ്യമാർന്ന നമ്മുടെ ജീവസമ്പത്തിന്റെ സംരക്ഷണത്തിനും ഉപയോഗത്തിനും പേറ്റന്റ് നിയമം ഉപയോഗപ്പെടുത്തുകയാണ് വേണ്ടതെന്ന് സെമിനാറിൽ അദ്ദേഹം നിർദ്ദേശിച്ചു. അനാവശ്യവും അകാരണവുമായ ഭയം, ശരിയായ ബോധവല്ക്കരണത്തിലൂടെ ഇല്ലാതാക്കാമെന്ന് അദ്ദേഹം പറഞ്ഞു.

ശാസ്ത്രനേട്ടങ്ങളെ സമൂഹവുമായി ബന്ധിപ്പിക്കാമെന്ന് മേനോൻ നിർദ്ദേശിച്ചു. സമൂഹത്തോട് ശാസ്ത്ര ലോകത്തിനുള്ള ഉത്തരവാദിത്വം മറക്കാൻ പാടില്ല. ശാസ്ത്രത്തിന്റെ സാമൂഹികവും സദാചാരപരവും നിയമപരവുമായ വശങ്ങൾ പാലിച്ചാകണം ശാസ്ത്രജ്ഞൻ പ്രവർത്തിക്കേണ്ടത് എന്ന് അദ്ദേഹം കൂട്ടിച്ചേർത്തു. ശാസ്ത്രജ്ഞർ ഒരിക്കലും മനുഷ്യാവകാശങ്ങൾ ലംഘിക്കരുതെന്ന് മേനോൻ ഊന്നിപ്പറഞ്ഞു.

ഗവേഷണത്തിന്റെ ഗൗരവവും കണ്ണുതുറപ്പിക്കുന്ന കണ്ടെത്തലുകളുമായിരുന്നു സ്വാതന്ത്ര്യലബ്ധിയുടെ സമീപ വർഷങ്ങളിൽ ഇന്ത്യയിലെ ചെറുപ്പക്കാരെ ശാസ്ത്രത്തിന്റെ സ്വപ്നലോകത്തേക്ക് ആനയിച്ചത്. ആണവ ഏജൻസിയും ബഹിരാകാശ പ്രതിരോധ ഗവേഷണകേന്ദ്രങ്ങളും സ്ഥാപിച്ച ജവാഹർലാൽ നെഹ്റുവാണ് ഈ വഴിയിൽ ഇന്ത്യയെ നയിച്ച ആദ്യ നേതാവെന്ന് പ്രൊഫ. മേനോൻ ചൂണ്ടിക്കാട്ടി. ശാസ്ത്രഗവേഷണം കഴിഞ്ഞ് പുറത്തിറങ്ങുന്നവരെ ഉപയോഗപ്പെടുത്തി പുത്തൻ സാങ്കേതികവിദ്യകളിലൂടെ നേട്ടമുണ്ടാക്കാൻ നമുക്ക് ഇതുവരെ കഴിഞ്ഞിട്ടില്ലെന്ന് അദ്ദേഹം ചൂണ്ടിക്കാട്ടി. ശാസ്ത്രത്തെ ഏറ്റവും പ്രയോജനപ്പെടുത്തിയ സർക്കാർ യു എസ് (അമേരിക്ക) തന്നെയെന്ന് അദ്ദേഹം പറയുകയുണ്ടായി.

2016 നവംബർ 22 ന് പ്രൊഫ. എം ജി കെ മേനോൻ നിര്യാതനായി. ഇന്ത്യയുടെ ശാസ്ത്രസാങ്കേതികരംഗത്തെ രൂപപ്പെടുത്തിയ മുഖ്യശില്പികളിൽ പ്രമുഖനാണ് പ്രൊഫ. എം ജി കെ മേനോനെന്ന് കാലം വിധിയെഴുതും.

ജീവിതരേഖ

1928 ആഗസ്ത് 28. മംഗലാപുരത്ത് ജനനം
അച്ഛൻ: കിഴക്കേപ്പാട്ട് ശങ്കരമേനോൻ
അമ്മ : മാമ്പള്ളിക്കുളത്തിൽ നാരായണിക്കുട്ടി

1942 മെട്രിക്കുലേഷൻ പാസാകുന്നു

1949 ഉപരിപഠനത്തിന് ഇംഗ്ലണ്ടിലേക്ക്

1952 ക്രിസ്റ്റൽ സർവ്വകലാശാലയിൽനിന്ന് ഫിസിക്സിൽ ഡോക്ടറേറ്റ്

1955 ഇന്ത്യയിൽ തിരിച്ചെത്തുന്നു

1955 ടാറ്റാ ഇൻസ്റ്റിറ്റ്യൂട്ടിൽ റീഡർ

1957 അസോസിയേറ്റ് പ്രൊഫസർ

1961 പത്മശ്രീ ബഹുമതി

1964 ഫിസിക്സ് ഫാക്കൽറ്റി ഡീൻ

1966 ടാറ്റാ ഇൻസ്റ്റിറ്റ്യൂട്ടിൽ ഡയറക്ടർ

1968 പത്മഭൂഷൺ ബഹുമതി

1971 ഇലക്ട്രോണിക്സ് വകുപ്പ് ചെയർമാൻ

1972 ഐ എസ് ആർ ഒ ചെയർമാൻ

1973 റോയൽ സൊസൈറ്റി ഫെലോഷിപ്പ്

1974–78 പ്രതിരോധ മന്ത്രാലയത്തിൽ ശാസ്ത്ര ഉപദേഷ്ടാവ്

1980–81 പരിസ്ഥിതി വകുപ്പിൽ

1981–82 അഡീഷണൽ എനർജി റീസോഴ്സ് കമ്മീഷൻ ചെയർമാൻ

1989–90 കേന്ദ്രശാസ്ത്ര സാങ്കേതിക വകുപ്പ് മന്ത്രി

2016 നവംബർ 22 നിര്യാതനായി.

എ പി ജെ അബ്ദുൾകലാം

ആയിരത്തിത്തൊള്ളായിരത്തി അറുപത്തിയെട്ട്- എഴുപത് കാലഘട്ടം. ഇന്നത്തെ ഐ എസ് ആർ ഒ സ്ഥാപനത്തിന് അക്കാലത്ത് ടി ഇ ആർ എൽ എസ് എന്നായിരുന്നു പേര്. ചെന്നൈയിൽ അതിന്റെ ഡയറക്ടറായിരുന്ന എച്ച് ജി എൽ മൂർത്തിക്ക് അസാധാരണമായ ഒരു കത്തു ലഭിച്ചു. രാമേശ്വരത്തുനിന്ന് എ പി ജയിനുലാബ്ദീൻ മരയ്ക്കാർ എന്നയാളാണ് കത്ത് അയച്ചിരിക്കുന്നത്. കത്ത് ഇങ്ങനെ:

പ്രിയപ്പെട്ട മൂർത്തിസാർ,

എന്റെ മകൻ കലാം താങ്കളുടെ സ്ഥാപനത്തിലാണ് ജോലി ചെയ്യുന്നതെന്നാണ് ഞാൻ കരുതുന്നത്. അവൻ ഇപ്പോൾ ജീവിച്ചിരിപ്പുണ്ടോ, അതോ മരിച്ചുപോയോ എന്ന വിവരം താങ്കൾ ദയവുചെയ്ത് എന്നെ അറിയിക്കണം.

ഇതായിരുന്നു ആ കത്ത്. കത്ത് വായിച്ചപ്പോൾ മൂർത്തി അത്ഭുതപ്പെട്ടു. ഒരച്ഛൻ അയച്ച ഈ കത്ത് അദ്ദേഹത്തിന്റെ മനസ്സിന് വല്ലാതെ നീറ്റലുണ്ടാക്കി. അബ്ദുൾകലാമിനെ വിളിപ്പിച്ച് കത്ത് അദ്ദേഹത്തെ തന്നെ ഏല്പിച്ചു. കത്തു വായിച്ചശേഷം ഒന്നു ചിരിച്ച് ആ മകൻ തന്റെ ജോലി പൂർത്തിയാക്കാൻ ഇരിപ്പിടത്തിലേക്ക് മടങ്ങിപ്പോയി.

പിതാവ് മുമ്പ് പല കത്തുകൾ അയച്ചിട്ടും ഒന്നിനും മറു

പടി കിട്ടിയില്ല. നാട്ടിലേക്ക് പോവുകയുമുണ്ടായില്ല. അതിൽ ശുണ്ഠിയെടുത്താണ് ആ പിതാവ് വകുപ്പുതലവനുതന്നെ ഇങ്ങനെയൊരു കത്ത് അയച്ചത്. തുടർന്ന് ഡയറക്ടർ മൂർത്തി തന്നെ കലാമിനെ വിളിച്ച് പിതാവിന്റെ അടുത്തേക്കു പറഞ്ഞയച്ചു.

ഇന്ത്യയുടെ മിസൈൽമാൻ എന്നു കേൾവികേട്ട മുൻരാഷ്ട്രപതി കൂടിയായിരുന്ന എ പി ജെ അബ്ദുൾ കലാമിന്റെ ആദ്യകാല ജീവിതത്തിലെ ചില നിമിഷങ്ങളാണ് ഇവിടെ സൂചിപ്പിച്ചത്. താൻ ഏതു ജോലി ചെയ്താലും അതിൽ മുഴുകി മറ്റൊന്നും ഓർക്കാത്ത സ്വഭാവം. തന്റെ രാജ്യത്തിന്റെ ഉയർച്ച മാത്രം കണ്ടിരുന്ന ഒരു മഹാശാസ്ത്രജ്ഞൻ. ആ സ്വപ്നംകാണലിനിടയിൽ തന്റെ കുടുംബത്തെപ്പോലും മറന്നുപോയിരുന്നു എന്നതാണ് നേര്. ജീവിതാവസാനംവരെ അവിവാഹിതനായി ജീവിച്ച ആ മഹാൻ, എപ്പോഴും ഭാരതത്തിന്റെ ഉന്നതി മാത്രമെ കാംക്ഷിച്ചിരുന്നുള്ളൂ എന്നതാണ് വസ്തുത.

ജീവിതരേഖ

1931 ഒക്ടോബർ 15 ന് രാമേശ്വരത്തെ മോസ്ക് സ്ട്രീറ്റിലുള്ള ഒരു ഇടത്തരം തമിഴ് കുടുംബത്തിലാണ് അബ്ദുൾ കലാമിന്റെ ജനനം. പിതാവ് അവുൽ പകീർ ജയിനുലാബ്ദ്ദീൻ. മാതാവ് ആഷിയാമ്മ. അച്ഛന് ബോട്ടു നിർമ്മാണമായിരുന്നു ജോലി. ബോട്ടുകൾ നിർമ്മിച്ച് വാടകയ്ക്ക് നല്കി. അതിൽനിന്നു കിട്ടുന്ന വാടക കൊണ്ടായിരുന്നു വീടുപുലർത്തിയിരുന്നത്. സ്കൂൾ വിദ്യാഭ്യാസമൊന്നും ലഭിച്ചിരുന്നില്ലെങ്കിലും, അദ്ദേഹം ഒരു ഉദാരമതിയും ഈശ്വരഭക്തനും ജ്ഞാനിയുമായിരുന്നു. അമ്മ ആഷിയാമ്മയാകട്ടെ, നല്ലൊരു വീട്ടമ്മയും നാലു സഹോദരങ്ങളും ഒരു സഹോദരിയുമാണ് കലാമിന് ഉണ്ടായിരുന്നത്.

തീരെ ചെറുപ്പത്തിൽത്തന്നെ ആകാശത്തെ വിസ്മയക്കാഴ്ചകൾ കണ്ണിമയ്ക്കാതെ നോക്കിക്കൊണ്ടു നില്ക്കാൻ ബാലനായ കലാം ഇഷ്ടപ്പെട്ടിരുന്നു. ആകാശം ആ ബാലനെ അത്ഭുതപ്പെടുത്തി. ചെറുപ്പത്തിൽ കടപ്പുറത്തുനിന്ന് കക്കപെറുക്കിവിറ്റും, ഒരു ബന്ധുവിന്റെ പത്രവിതരണവുമായിരുന്നു പഠനച്ചെലവിനായി

കലാം വിനിയോഗിച്ചിരുന്നത്. ആസാദ് എന്നായിരുന്നു കലാമിന്റെ ചെറുപ്പത്തിലെ വിളിപ്പേര്. രാമേശ്വരം ക്ഷേത്രത്തിലെ പ്രധാന പൂജാരി പാക്ഷിലക്ഷ്മണശാസ്ത്രി, കലാമിന്റെ അച്ഛന്റെ ഉറ്റ ചങ്ങാതിയായിരുന്നു. സ്വാഭാവികമായി തന്നെ കലാം ഒരു ഈശ്വരവിശ്വാസിയായിത്തീരാൻ ഇതുകാരണമായി. ഇരു മതങ്ങളിൽ പെടുന്നവരായിരുന്നെങ്കിലും, കലാമിന്റെ അച്ഛനും പൂജാരിയും തമ്മിലുണ്ടായിരുന്ന ചങ്ങാത്തത്തിന് ജാതിയോ മതമോ ഒരു പ്രശ്നമായിരുന്നില്ല.

രാമേശ്വരം എലിമെന്ററി സ്കൂളിലായിരുന്നു കലാമിന്റെ പ്രാഥമിക വിദ്യാഭ്യാസം. തുടർന്ന് ഹൈസ്കൂൾ പഠനത്തിനായി രാമനാഥപുരം ഷ്വാഴ്സ് ഹൈസ്കൂളിൽ ചേർന്നു.

മകനെ നഗരത്തിലുള്ള ഒരു വിദ്യാലയത്തിൽ പഠിക്കാൻ അയച്ചതിൽ മാതാവിന് വലിയ ആശങ്കയായിരുന്നു. ദുഃഖിച്ചു നിന്ന അമ്മയെ പിതാവ് ആശ്വസിപ്പിച്ചതാകട്ടെ ഖലീൽ ജിബ്രാന്റെ വാക്കുകൾ ഉദ്ധരിച്ചുകൊണ്ടാണ്. "നിന്റെ മക്കളെ, നിന്റേതായി തളച്ചിടരുത്. അവർക്ക് അവരുടേതായ ആഗ്രഹങ്ങളും സ്വപ്നങ്ങളുമുണ്ട്. നിന്റെ സ്നേഹം അവർക്കായി നല്കാം. എന്നാൽ ചിന്തകൾ നല്കരുത്." കലാമിനെ ഒരു ഒരു കളക്ടറായി കാണാനാണ് അച്ഛൻ ആഗ്രഹിച്ചതെങ്കിലും ഒരു വൈമാനികനാകാനാണ് ചെറുപ്പം മുതൽ കലാമിന്റെ ആഗ്രഹം.

ഹൈസ്കൂൾ വിദ്യാഭ്യാസകാലത്ത് ഇയ്യാദുരൈ സോളമൻ എന്ന അദ്ധ്യാപകൻ കലാമിന് പല നല്ല പാഠങ്ങളും ഉപദേശിച്ചു കൊടുത്തിരുന്നു. ജീവിതത്തിൽ വിജയിക്കാൻ ആഗ്രഹം, വിദ്യാഭ്യാസം, പ്രതീക്ഷ എന്നീ മൂന്നു ശക്തികൾ ഒപ്പമുണ്ടാവണമെന്ന് അദ്ദേഹം ഉപദേശിച്ചു. കലാം തന്റെ ജീവിതത്തിൽ ഈ വാക്കുകളെ വേദവാക്യം പോലെ കരുതിയാണ് മുന്നോട്ടു പോയത്.

ഹൈസ്കൂൾ വിദ്യാഭ്യാസം പൂർത്തിയായ ശേഷം കലാം തിരുച്ചിറപ്പള്ളി സെന്റ് ജോസഫ്സ് കോളേജിൽ ബി എസ് സിക്കു ചേർന്നു. അവിടെ റവ. ഫാദർ ടി എൻ സെക്യൂറാ എന്ന അദ്ധ്യാപകൻ കലാമിന് തുണയായി. ഊർജ്ജതന്ത്രത്തിൽ താല്പര്യമുണ്ടാക്കാനും ഇംഗ്ലീഷ് സാഹിത്യവുമായി കൂടുതൽ

പരിചയപ്പെടാനും ആ അദ്ധ്യാപകനാണ് നിർദ്ദേശിച്ചത്. ടോൾസ്റ്റോയി, സ്കോട്ട്, ഹാർഡി എന്നിവരുടെ രചനകൾ കോളേജ് ലൈബ്രറിയിൽ നിന്ന് എടുത്തുവായിക്കാൻ ഇതുപകരിച്ചു.

ബിരുദാനന്തരം കലാം മദ്രാസ് ഇൻസ്റ്റിറ്റ്യൂട്ട് ഓഫ് ടെക്നോളജിയിൽ ചേർന്നു. ചെറുപ്പത്തിൽത്തന്നെ വിഹായസ്സിൽ പറന്നു നടക്കാൻ കൊതിച്ച കലാം, ഇൻസ്റ്റിറ്റ്യൂട്ട് ഓഫ് ടെക്നോളജിയിൽ നിന്ന് എയ്റോ എഞ്ചിനീയറിങ്ങിൽ പ്രത്യേക വൈദഗ്ദ്ധ്യം നേടി. എം ഐ റ്റിയിൽ പഴയ രണ്ടു വിമാനങ്ങൾ പഠനത്തിനായി സജ്ജീകരിച്ചിരുന്നു. ഇത് കലാമിനെ ആവേശം കൊള്ളിച്ചു. അന്തരീക്ഷത്തിൽ പാറിനടക്കാനുള്ള ആഗ്രഹം പൂർത്തീകരിക്കാൻ അവിടുത്തെ പഠനം ഉപകരിച്ചു. പ്രൊഫ. സ്പോണ്ടർ, പ്രൊഫ. കെ വി എ പണ്ടാല, പ്രൊഫ. നരസിംഹറാവു എന്നീ മൂന്ന് അദ്ധ്യാപകരാണ് കലാമിന്റെ ചിന്തകളെ രൂപപ്പെടുത്തിയത്. വ്യോമഗതികത്തിലെ സാങ്കേതിക തത്ത്വങ്ങൾ പ്രൊഫ. സ്പോണ്ടർ പഠിപ്പിച്ചു. യുദ്ധവിമാനം രൂപകല്പന ചെയ്ത വ്യക്തി ഡോ. കുർട്ട്ടാങ്ക്, മദ്രാസ് ഇൻസ്റ്റിറ്റ്യൂട്ട് ഓഫ് ടെക്നോളജിയുടെ മേധാവിയായിരുന്നു. സമർത്ഥനായ വിദ്യാർത്ഥി എന്ന നിലയിൽ കലാമിന് സ്കോളർഷിപ്പ് ലഭിച്ചതോടെ പഠനത്തിൽ കൂടുതൽ ശ്രദ്ധ പതിപ്പിക്കുവാൻ കലാമിനു കഴിഞ്ഞു. എയ്റോനോട്ടിക്കൽ എഞ്ചിനീയറിങ് പഠിക്കാൻ ചേരുന്നതിനുമുമ്പ് കലാം പ്രൊഫ. സ്പോണ്ടറുടെ ഉപദേശം തേടിയിരുന്നു. വ്യോമസാങ്കേതികവിദ്യയിൽ - എയറോനോട്ടിക്സ് - മുൻപറഞ്ഞ മൂന്ന് അദ്ധ്യാപകരും കലാമിന് സംയോജിത വിജ്ഞാനം സ്വായത്തമാക്കാൻ സഹായിച്ചു.

മദ്രാസിൽ പരീക്ഷ കഴിഞ്ഞപ്പോൾ ബാംഗ്ലൂരിലെ ഹിന്ദുസ്ഥാൻ എയ്റോനോട്ടിക്സിലേക്ക് ഒരു ട്രെയിനിയായി നിയോഗിക്കപ്പെട്ടതിനാൽ കലാം ബാംഗ്ലൂരിലേക്ക് യാത്രയാവുകയും ചെയ്തു. ബാംഗ്ലൂരിൽ എത്തിയ കലാമിനും മറ്റ് മൂന്ന് സഹപ്രവർത്തകർക്കും കൂടി ഹോവർക്രാഫ്റ്റ് എന്ന അതിവേഗം ചലിക്കാൻ കഴിയുന്ന ഒരു വാഹനം ഡിസൈൻ ചെയ്തു നിർമ്മി

ക്കാനുള്ള ചുമതല ലഭിച്ചു. സ്വയം ഒരു വിമാനം രൂപകല്പന ചെയ്തു നിർമ്മിച്ചാലുണ്ടാകുന്ന സാങ്കേതികപ്പിഴവുകളും മറ്റും അവർ തമ്മിൽ പരസ്പരം ചർച്ച ചെയ്ത് തീരുമാനത്തിലെത്തി. അവസാനം കലാം അതിന്റെ പൂർണ്ണ ചുമതല ഏറ്റെടുത്തു.

അന്ന് പ്രതിരോധ വകുപ്പു മന്ത്രിയായിരുന്ന വി കെ കൃഷ്ണ മേനോൻ ഈ പ്രോജക്ടിനോട് പ്രത്യേക താല്പര്യം പ്രകടിപ്പിച്ചു. ഒരു വർഷത്തിനുശേഷം കൃഷ്ണമേനോൻ ബാംഗ്ലൂരിൽ സന്ദർശനത്തിന് എത്തുകയും നിർമ്മാണ പുരോഗതി വീക്ഷിക്കുകയും ചെയ്തു. പ്രോജക്ട് ഒരു വർഷത്തിനകം പൂർത്തിയാകുമെന്ന് കലാം മേനോനെ അറിയിച്ചു. ഹോവർ ക്രാഫ്റ്റിന് 'നന്ദി' എന്ന പേരാണു നല്കിയത്. ഹോവർ ക്രാഫ്റ്റിന്റെ നിർമ്മാണം പിന്നീട് വേഗത്തിൽ പൂർത്തിയാക്കാൻ ശ്രമങ്ങൾ നടന്നു. അപ്പോഴേക്കും ഒരു വിശിഷ്ട വ്യക്തി സന്ദർശനത്തിന് എത്തുന്നുണ്ടെന്നും, അദ്ദേഹത്തെ കയറ്റി ഒരു പത്തുമിനിറ്റ് സഞ്ചരിക്കാൻ കഴിയുമോ എന്ന് ആരാഞ്ഞപ്പോൾ കലാം സമ്മതം മൂളി. ടാറ്റാ ഇൻസ്റ്റിറ്റ്യൂട്ട് ഓഫ് ഫണ്ടമെന്റൽ റിസർച്ചിലെ ഡയറക്ടർ പ്രൊഫ. എം ജി കെ മേനോനായിരുന്നു ആ വിശിഷ്ട വ്യക്തിയെന്ന് പിന്നീട് മനസ്സിലായി. അദ്ദേഹം യഥാവസരം എത്തുകയും വാഹനത്തിൽ യാത്ര നടത്തുകയും ചെയ്തു. പണികൾ പൂർത്തിയാക്കാൻ നിർദ്ദേശിച്ചിട്ടാണ് അദ്ദേഹം മടങ്ങിപ്പോയത്.

ബോംബെയിലെ ടാറ്റാ ഇൻസ്റ്റിറ്റ്യൂട്ട് ഓഫ് ഫണ്ടമെന്റൽ റിസർച്ചിൽ റോക്കറ്റ് എഞ്ചിനീയർ തസ്തികയിൽ ഒരു ഇന്റർവ്യൂവിന് കലാം പങ്കെടുക്കുകയും ആ തസ്തികയിൽ കലാം തെരഞ്ഞെടുക്കപ്പെടുകയും ചെയ്തു.

1962 ൽ തുമ്പയിൽ ഇക്വറ്റേറിയൽ റോക്കറ്റ് ലോഞ്ചിങ് സ്റ്റേഷൻ സ്ഥാപിക്കാൻ ഇൻകോ സ്പാർ നിശ്ചയിക്കപ്പെട്ടിരുന്നു. പിന്നീട് കലാം അവിടേക്ക് മാറ്റപ്പെട്ടു. അതിനുശേഷം നാസയിൽ ആറുമാസത്തെ പരിശീലനത്തിനായി കലാം വർജീനിയയിലെ റിസർച്ച് സെന്ററിലായിരുന്നു. അതിന്റെ പൂർത്തീകരണത്തിനുശേഷം കലാം വീണ്ടും തുമ്പയിൽ എത്തിച്ചേർന്നു. 1963 നവംബർ 21 ന് തുമ്പയിൽ നിന്ന് പ്രഥമ റോക്കറ്റ് വിക്ഷേപണം

ചെയ്യപ്പെട്ടു. നാസയിൽ നിർമ്മിച്ച റോക്കറ്റായിരുന്നു ഇത്.

1963 ൽ ഉപഗ്രഹ വിക്ഷേപണ വാഹനത്തി(എസ് എൽ വി)ന്റെ പരീക്ഷണ നവീകരണ മേഖലകൾ കണ്ടെത്താൻ വിക്രം സാരാഭായ് തുമ്പയിൽ എത്തി. 1967 ൽ നവംബർ 20 ന് പ്രഥമ രോഹിണി റോക്കറ്റ് (95 കിലോ ഗ്രാം) ശ്രീഹരിക്കോട്ടയിൽ നിന്ന് വിക്ഷേപണം ചെയ്യപ്പെട്ടു. 1968 ൽ ഇന്ത്യൻ റോക്കറ്റ് സൊസൈറ്റി രൂപീകരിക്കുകയും തുടർന്ന് നാഷണൽ സയൻസ് അക്കാദമി ആരംഭിക്കുകയും ചെയ്തു. എസ് എൽ വിയുടെ പ്രോജക്ട് ലീഡറായി വിക്രംസാരാഭായ് കലാമിനെ തെരഞ്ഞെടുത്തു. കൂടാതെ ഉപഗ്രഹവിക്ഷേപണ വാഹനത്തിന്റെ നാലാം ഘട്ടം രൂപകല്പന ചെയ്യാനുള്ള ചുമതലയും നല്കി.

എസ് എൽ വി 3 എന്ന ഉപഗ്രഹവിക്ഷേപണ വാഹനത്തിന്റെ രൂപകല്പനയും നിർമ്മാണവും കലാമിന്റെ നേതൃത്വത്തിലാണ് നടന്നത്. 1976 ൽ കലാമിന്റെ പിതാവ് നിര്യാതനായി. 1977 ഡിസംബർ 30 ന് തുമ്പയിൽ സന്ദർശനത്തിനെത്തിയ വിക്രം സാരാഭായ് കോവളത്തെ ഹോട്ടലിൽ വച്ച് നിര്യാതനാവുകയും ചെയ്തു.

1981 ലെ റിപ്പബ്ലിക്ക് ദിനത്തിൽ കലാമിന് രാഷ്ട്രം പത്മഭൂഷൺ നല്കി ബഹുമാനിച്ചു. 1963 നവംബർ 21 ന് ഇന്ത്യയുടെ പ്രഥമ റോക്കറ്റായ 'നിക്കി അപ്പാച്ചേ' വിക്ഷേപിച്ച സംഘത്തിൽ അബ്ദുൾ കലാമും ഉണ്ടായിരുന്നു

ഐ എസ് ആർ ഒ യിൽ ഇരുപതുവർഷത്തെ സേവനത്തിനുശേഷം 1982 ൽ പ്രതിരോധ ഗവേഷണവികസന സ്ഥാപനത്തിന്റെ (സി ആർ ഡി ഒ) ഡയറക്ടറായി കലാം നിയമിതനായി. ഇന്ത്യയുടെ തദ്ദേശീയ മിസൈൽ വികസന പദ്ധതിയുടെ ചീഫ് എക്സിക്യൂട്ടീവായി നിയമിതനായശേഷം അഗ്നി, പൃഥ്വി, മിസൈലുകൾ കലാമിന്റെ കാലത്താണ് വികസിപ്പിച്ചത്. 1992 ജൂലൈ മുതൽ പ്രതിരോധ ഗവേഷണവകുപ്പിന്റെ സെക്രട്ടറിയുമായി അദ്ദേഹം നിയമിക്കപ്പെട്ടു. 1990 ൽ റിപ്പബ്ലിക്ക് ദിനത്തിൽ രാഷ്ട്രം മിസൈൽ പരിപാടിയുടെ വിജയം ആഘോഷിച്ചതും കലാമിന്റെ നേതൃത്വത്തിലായിരുന്നു.

1997 ൽ രാഷ്ട്രം പരമോന്നത സിവിലിയൻ ബഹുമതിയായ ഭാരതരത്നം നല്കി എ പി ജെ അബ്ദുൾകലാമിനെ ആദരിക്കുകയുണ്ടായി. നാലുദശകം നീണ്ട സജീവമായ ഔദ്യോഗിക ജീവിതത്തിന് ശേഷം പടിയിറങ്ങുമ്പോഴും ലാളിത്യമായിരുന്നു കലാമിന്റെ മുഖമുദ്ര. ഒരു അദ്ധ്യാപകനായി കഴിയാൻ ആഗ്രഹിച്ച അദ്ദേഹം 2001 നവംബറിൽ അണ്ണാ യൂണിവേഴ്സിറ്റി പ്രൊഫസറായി ജോലി സ്വീകരിച്ചു.

2002 ജൂൺ 13 ന് ഭരണകക്ഷിയും മുഖ്യപ്രതിപക്ഷവുമായ കോൺഗ്രസും അബ്ദുൾകലാമിനെ പുതിയ രാഷ്ട്രപതി സ്ഥാനാർത്ഥിയായി പ്രഖ്യാപിച്ചു. വോട്ടെടുപ്പിൽ ഉന്നതവിജയം നേടിയ അബ്ദുൾകലാം 2002 ജൂലൈ 25 ന് ചീഫ് ജസ്റ്റിസ് ബി എൻ കൃപാൽ മുമ്പാകെ സത്യപ്രതിജ്ഞ ചെയ്തു അധികാരമേറ്റു.

മതേതരത്ത്വത്തിൽ തനിക്കുള്ള പ്രതിജ്ഞാബദ്ധത വ്യക്തമാക്കിക്കൊണ്ട് അധികാരമേറ്റശേഷം അദ്ദേഹം നടത്തിയ പ്രഭാഷണം ഏറെ ശ്രദ്ധേയമായി. കബീറിന്റെ കവിതാശകലം ഉദ്ധരിച്ച അദ്ദേഹം പറഞ്ഞു: "കൽക്കരേ സോ ആജ്കർ, ആജ്കരേ സോ അബ്" (നാളെ എന്തു ചെയ്യണമോ, അത് ഇന്ന് ചെയ്യുക. ഇന്ന് എന്തുചെയ്യണമോ അത് ഇപ്പോൾ ചെയ്യുക). "ഇന്ത്യ ലോകത്തിനു മുന്നിൽ നിവർന്നു നില്ക്കണം. ശക്തി മാത്രമേ ശക്തിയെ തിരിച്ചറിയൂ. ഇന്ത്യ സൈനിക ശക്തി മാത്രമല്ല. സാമ്പത്തിക ശക്തിയുമാകണം. ഇവ രണ്ടും ഒന്നിച്ചുപോകണം." തന്റെ അഭിലാഷങ്ങളിലൊന്നാണിതെന്ന് സംശയരഹിതമായി കലാം ചൂണ്ടിക്കാട്ടി.

2007 ജൂലൈ 25 വരെ ഇന്ത്യയുടെ പ്രഥമ പൗരനായി രാഷ്ട്രസേവനം നിർവ്വഹിച്ച അബ്ദുൾ കലാം ഊണിലും ഉറക്കത്തിലും ഇന്ത്യയെപ്പറ്റി മാത്രം ചിന്തിച്ച രാഷ്ട്രപതിയാണ്. സർവ്വസൈന്യാധിപൻ എന്ന നിലയിൽ പോർവിമാനത്തിലും നാവിക മുങ്ങിക്കപ്പലിലും യാത്ര ചെയ്ത വ്യക്തിയാണ് അദ്ദേഹം. 75-ാം പിറന്നാൾ ദിവസം സുഖോയ് പോർവിമാനത്തിലും അദ്ദേഹം സഞ്ചരിച്ചു. വിവാദങ്ങളിലൊന്നും പെടാതെ തന്റെ സേവനം ഇന്ത്യക്കു

വേണ്ടി വിനിയോഗിച്ചു എന്നതാണ് കലാമിനെ ഏറെ വ്യത്യസ്തനാക്കുന്നത്. രാഷ്ട്രപതി പദത്തിന് അദ്ദേഹം അനുയോജ്യനെന്ന് തെളിക്കുകയുമുണ്ടായി.

കവിയും ചിന്തകനും

എ പി ജെ അബ്ദുൾ കലാം ജന്മനാതന്നെ കവിത്വസിദ്ധിയുള്ള വ്യക്തിയായിരുന്നു. ആകാശത്തേയും നക്ഷത്രങ്ങളെയും നോക്കിക്കൊണ്ട് രാമേശ്വരം ദ്വീപിലെ സമുദ്രതീരത്ത് മണിക്കൂറുകളോളം ചെലവഴിച്ച പഴയ ബാല്യകാലം അദ്ദേഹം ഓർമ്മയിൽ സൂക്ഷിച്ചിരുന്നു. കുട്ടികൾ ഇന്ത്യയുടെ ഭാവി നിശ്ചയിക്കുമെന്ന് ഉറച്ചുവിശ്വസിച്ച അദ്ദേഹം കുട്ടികൾക്കു വേണ്ടി രചിച്ച ഒരു കവിതയിൽ ഇങ്ങനെ എഴുതിയിട്ടുണ്ട്:

സോങ്ങ് ഓഫ് യൂത്ത്(Song of Youth) എന്നാണ് കവിതയുടെ പേര്.

I will keep the lamp of knowledge running
To achive the vision-developed India

അറിവിന്റെ വിളക്ക് ഞാൻ ജ്വലിപ്പിച്ചുകൊണ്ടിരിക്കും. എന്റെ ലക്ഷ്യം നേടിയെടുക്കുക എന്നാൽ ഇന്ത്യയുടെ വികസനംതന്നെ.

രാഷ്ട്രപതി സ്ഥാനം ഏറ്റെടുത്തശേഷം 2002 ജൂലൈ 25 ന് പാർലമെന്റിൽ സെൻട്രൽ ഹാളിൽ ചേർന്ന സമ്മേളനത്തിൽ ത്യാഗരാജ കീർത്തനം മുതൽ തിരുക്കുറൽ വരെയുള്ളവയിൽ നിന്ന് അദ്ദേഹം ഉദ്ധരിക്കുകയുണ്ടായി.

എന്തരോ മഹാനുഭാവുലു
അന്തിരിശ്ശി വന്ദന മുലു

(മഹാന്മാരായ മുഴുവൻ മനുഷ്യശ്രേഷ്ഠരെയും ഞാൻ വന്ദിക്കുന്നു)

യുവജനങ്ങൾക്കും വിദ്യാർത്ഥികൾക്കുമായി ഒട്ടേറെ പ്രഭാഷണങ്ങൾ ഇന്നു വിപണിയിലുണ്ട്. *അഗ്നിച്ചിറകുകൾ (Wings of Fire)* എന്ന ആത്മകഥയാണ് ഇവയിൽ പ്രധാനം. *വഴിത്തിരിവുകൾ, എന്റെ ജീവിതയാത്ര, അജയ്യമായ ആത്മചൈതന്യം* എന്നീ കൃതികൾ കൂടാതെ *രാഷ്ട്രവിഭാവനം, വിടരേണ്ട പൂമൊ*

ട്ടുകൾ, എന്റെ ദർശനകൃതികളും വിജയത്തിലേക്കുള്ള ജീവിത മൂല്യങ്ങൾ എന്ന പുതുതലമുറയ്ക്കുള്ള ഗ്രന്ഥവും ഉൾപ്പെടുന്നു. വികസനത്തിന്റെ മാറ്റൊലികൾ, നാളത്തെ ഇന്ത്യക്കുവേണ്ടിയുള്ള മാർഗ്ഗ ദർശനം, അവസരങ്ങൾ വെല്ലുവിളികൾ, യുവത്വം കൊതിക്കുന്ന ഇന്ത്യ, മുന്നേറുന്ന ഇന്ത്യ, മാറ്റത്തിന്റെ മാനിഫെസ്റ്റോ എന്നീ ലേഖനങ്ങളും ഉൾപ്പെടുന്നു.

കലാമിന്റെ കീഴിൽ ഗവേഷണ വിദ്യാർത്ഥിയായിരുന്ന തൃശ്ശൂർ മാള സ്വദേശി ഫാദർ ജോർജ്ജ് പറയുന്നത് ഇങ്ങനെ: "ഡോ. കലാമിന്റെ മനസ്സുനിറയെ കവിതയാണ്. സംസാരത്തിനിടയിൽ കവിതാശകലങ്ങൾ അങ്ങനെ വന്നുകൊണ്ടിരിക്കും. തമിഴിൽ അദ്ദേഹം രചിച്ച 17 കവിതകൾ *മൈ ജേർണി* എന്ന പേരിൽ പ്രസിദ്ധപ്പെടുത്തിയിട്ടുണ്ട്. ഇതിന്റെ ഇംഗ്ലീഷ് വിവർത്തനവും പ്രസിദ്ധീകരിച്ചിട്ടുണ്ട്.

ധിഷണാശാലിയായ ഗവേഷകൻ, എഴുത്തുകാരൻ, കവി, തത്ത്വചിന്തകൻ, വായനക്കാരൻ, സംഗീതാസ്വാദകൻ ഈ നിലകളിലെല്ലാം അദ്ദേഹത്തിന്റെ യജസ്സ് പ്രകീർത്തിക്കപ്പെട്ടിട്ടുണ്ട്. കവിതാരചനയും വീണവായനയും ഒഴിവു സമയങ്ങളെ അന്വർത്ഥമാക്കി. ജീവിതാവസാനം വരെ സസ്യഭുക്കായിരുന്നു. അവിവാഹിതനും.

രാഷ്ട്രപതി സ്ഥാനത്തുനിന്ന് വിരമിച്ച ശേഷം അദ്ധ്യാപനത്തിലും പ്രഭാഷണങ്ങളിലുമാണ് അബ്ദുൾകലാം നിറഞ്ഞു നിന്നിരുന്നത്. മുപ്പതിലേറെ സർവ്വകലാശാലകൾ അദ്ദേഹത്തിന് ഡോക്ടറേറ്റ് നല്കിയിട്ടുണ്ട്.

അഗ്നിച്ചിറകുകൾ എന്ന ആത്മകഥയുടെ അവസാനഭാഗത്ത് കലാം ഇങ്ങനെ എഴുതിയിട്ടുണ്ട്. "എല്ലാം ദൈവകൃപ, ഒരിക്കലും അവസാനിക്കാത്തത്. അതു ശാശ്വതമാണ്."

ഒരിക്കൽ അദ്ദേഹം ഇങ്ങനെ പറഞ്ഞു: "ഐഹികമായ അർത്ഥത്തിൽ എനിക്ക് പിന്തുടർച്ചയില്ല. ഞാനൊന്നും നേടിയിട്ടില്ല. ഒന്നും നിർമ്മിച്ചിട്ടില്ല. ഒന്നും കൈവശം വെക്കുന്നുമില്ല. കുടുംബമോ, പുത്രന്മാരോ പുത്രിമാരോ യാതൊന്നും."

വിദ്യാർത്ഥികളുമായി സംവദിക്കുമ്പോഴാണ് അബ്ദുൾകലാമിന് ഏറെ സന്തുഷ്ടി തോന്നുക. അദ്ദേഹത്തിന്റെ ഉജ്ജ്വലമായ

പ്രഭാഷണങ്ങൾ എന്നും യുവതലമുറ സഹർഷം സ്വാഗതം ചെയ്തിരുന്നു.

2015 ജൂലൈ 27 ന് ഷില്ലോങ്ങിൽ ഇന്ത്യൻ ഇൻസ്റ്റിറ്റ്യൂട്ട് ഓഫ് മാനേജ്മെന്റിൽ പ്രഭാഷണം നടത്തിക്കൊണ്ടിരിക്കുന്നതിനിടയിലാണ് അദ്ദേഹം വേദിയിൽ തളർന്നു വീഴുന്നത്. തുടർന്ന് ആശുപത്രിയിൽ എത്തിച്ചെങ്കിലും അദ്ദേഹത്തിന്റെ ജീവൻ രക്ഷിക്കാനായില്ല.

ഡോ. കലാമിന്റെ ഭൗതികശരീരം രാഷ്ട്രത്തിന്റെ എല്ലാ ഔദ്യോഗിക ബഹുമതികളോടുകൂടി ജന്മനാടായ രാമേശ്വരത്ത് സംസ്കരിച്ചു. അദ്ദേഹത്തിന്റെ ശവകുടീരത്തിൽ പുതിയ തലമുറയിലെ അദ്ധ്യാപകരും വിദ്യാർത്ഥികളും ഒരു തീർത്ഥാടക കേന്ദ്രത്തെപ്പോലെ പരിഗണിച്ച് എത്തിക്കൊണ്ടിരുന്നു. ഇന്ത്യയെന്ന വികാരമാണ് അവസാനശ്വാസംവരെയും അബ്ദുൽകലാമിനെ മുന്നോട്ടു നയിച്ചതെന്നു തന്നെ പറയാവുന്നതാണ്.

ജീവിതരേഖ

1931 ഒക്ടോബർ 15. രാമേശ്വരത്ത് ജനനം.
പിതാവ്: അവുൽ പകീർ ജയിനുലാബ്ദീൻ
മാതാവ്: ആഷിയാമ്മ

1950 തിരുച്ചിറപ്പള്ളി സെന്റ് ജോസഫ് കോളേജിൽ ബി എസ്സിക്കു ചേരുന്നു.

1954 ഡിഗ്രി എടുക്കുന്നു.

1955 മദ്രാസ് ഇൻസ്റ്റിറ്റ്യൂട്ട് ഓഫ് ടെക്നോളജിയിൽ പഠനം ആരംഭിക്കുന്നു.

1958 ഡൽഹിയിർ സീനിയർ സയന്റിഫിക് അസിസ്റ്റന്റായി ജോലിയിൽ പ്രവേശിക്കുന്നു.

1962 തുമ്പയിൽ ഇൻകോസ് പാറിൽ നിയമനം

1963 നവംബർ 21. തുമ്പയിൽ നിന്ന് പ്രഥമ റോക്കറ്റ് നിക്കി അപ്പാച്ചേ വിക്ഷേപണം.

1867 പ്രഥമ രോഹിണീ റോക്കറ്റ് ശ്രീഹരിക്കോട്ടയിൽ നിന്ന്

വിക്ഷേപിക്കുന്നു.

1976 പിതാവിന്റെ മരണം

1981 പത്മഭൂഷൺ ബഹുമതി ലഭിക്കുന്നു

1985 സെപ്തംബർ. ശ്രീഹരിക്കോട്ടയിൽ നിന്ന് ത്രിശൂൽ വിക്ഷേപിക്കുന്നു.

1988 ഫെബ്രുവരി 'പ്രൃഥ്വി' വിക്ഷേപിക്കുന്നു.

1989 മെയ് 22 'അഗ്നി' വിക്ഷേപിക്കുന്നു

1990 ഡൽഹിയിൽ റിപ്പബ്ലിക് ദിനത്തിൽ മിസൈൽ പ്രദർശിപ്പിക്കുന്നു.

1992 ജൂലൈ പ്രതിരോധ മന്ത്രിയുടെ ശാസ്ത്ര ഉപദേശകൻ

1997 'ഭാരതരത്നം' ബഹുമതി ലഭിക്കുന്നു.

2001 നവംബർ അണ്ണാ യൂണിവേഴ്സിറ്റി പ്രൊഫസർ.

2002 ജൂൺ 10. രാഷ്ട്രപതിയായി നാമനിർദ്ദേശം.

2002 ജൂലൈ 25 രാഷ്ട്രപതിപദം ഏറ്റെടുക്കുന്നു.

2006 ജൂൺ 8 സുഖോയ് പോർ വിമാനത്തിൽ പറക്കുന്നു.

2007 ജൂലൈ 25 രാഷ്ട്രപതി സ്ഥാനത്തുനിന്ന് വിരമിക്കുന്നു.

2015 ജൂലൈ 27 ഷില്ലോങ്ങിൽ പ്രഭാഷണ വേദിയിൽ തളർന്നുവീഴുന്നു. നിര്യാതനാവുന്നു.

ഡോ. യു ആർ റാവു

ഇന്ത്യയുടെ ആദ്യ ഉപഗ്രഹമായ ആര്യഭട്ട മുതൽ ചൊവ്വാ ദൗത്യമായ മംഗൾയാൻ വരെയുള്ള ബഹിരാകാശ നേട്ടങ്ങളിൽ ഏറെ പങ്കുവഹിച്ച വിഖ്യാത ബഹിരാകാശ ശാസ്ത്രജ്ഞനായിരുന്നു ഡോ. യു ആർ റാവു എന്ന ഉഡുപ്പി രാമചന്ദ്രറാവു. ലോകത്തെ ആദരണീയരായ പത്തു ബഹിരാകാശ ശാസ്ത്രജ്ഞരുടെ പട്ടികയിൽ ഇടം നേടിയിട്ടുള്ള പ്രൊഫ. റാവു, സൗമ്യനും ലാളിത്യമാർന്ന പെരുമാറ്റത്തിലൂടെ സഹപ്രവർത്തകരുടെ സ്നേഹാദരങ്ങൾ സമ്പാദിച്ച വ്യക്തിയുമായിരുന്നു. ബഹിരാകാശ ശാസ്ത്രജ്ഞരുടെ ഭീഷ്മാചാര്യനെന്ന് അദ്ദേഹത്തെ വിശേഷിപ്പിക്കാറുണ്ട്.

ബഹിരാകാശ വാഹനങ്ങളുടെ രൂപകല്പനയിലും റോക്കറ്റ് സാങ്കേതിക വികസിപ്പിക്കുന്നതിലും അദ്ദേഹം പ്രകടിപ്പിച്ച നേതൃപാടവം യുവശാസ്ത്രജ്ഞന്മാർക്ക് ഏറെ പ്രചോദനകരമായിരുന്നു. 1992 ൽ ആദ്യ റോക്കറ്റായ വി എസ് എൽ വിയുടെ വിക്ഷേപണം വിജയകരമാക്കിയതിൽ ഡോ. റാവുവിന്റെ പ്രാവീണ്യം എടുത്തുപറയത്തക്കതാണ്.

1932 മാർച്ച് 10 ന് കർണ്ണാടകത്തിലെ അദമാരു എന്ന ഗ്രാമത്തിലെ ഒരു ബ്രാഹ്മണ കുടുംബത്തിലാണ് രാമചന്ദ്രറാവുവിന്റെ ജനനം. പിതാവ് ലക്ഷ്മീ നാരായണ ആചാര്യ, മാതാവ് കൃഷ്ണ

വേണി അമ്മ. പ്രാഥമിക വിദ്യാഭ്യാസം അദമാരുവിൽ തന്നെ യായിരുന്നു നിർവ്വഹിച്ചത്. തുടർന്ന് ഹൈസ്കൂൾ വിദ്യാഭ്യാസം ഉഡുപ്പി ക്രിസ്ത്യൻ ഹൈസ്കൂളിൽ പൂർത്തിയാക്കി. പിന്നീട് അനന്തപുർ സർക്കാർ ആർട്സ് ആന്റ് സയൻസ് കോളേജിൽ ചേരുകയും 1952 ൽ ബി എസ് സി ബിരുദം സമ്പാദിക്കുകയും ചെയ്തു. അതിനുശേഷം ബനാറസ് ഹിന്ദു യൂണിവേഴ്സിറ്റിയിൽ ചേർന്ന് 1954 ൽ എം എസ് സി ബിരുദം നേടി. തുടർന്ന് അഹ മ്മദാബാദ് ഫിസിക്കൽ റിസർച്ച് ലബോറട്ടറിയിൽ ഡോ. വിക്രം സാരാഭായിയുടെ കീഴിൽ ഗവേഷണം ആരംഭിക്കുകയും ഗുജ റാത്ത് യൂണിവേഴ്സിറ്റിയിൽനിന്ന് 1960 ൽ ഡോക്ടറേറ്റ് സമ്പാ ദിക്കുകയും ചെയ്തു.

യു ആർ റാവുവിന്റെ ഔദ്യോഗിക ജീവിതം ഡോ. വിക്രം സാരാഭായിയുടെ കീഴിലാണ് ആരംഭിച്ചത്. മദ്രാസ് ഇൻസ്റ്റിറ്റ്യൂട്ട് ഓഫ് ടെക്നോളജിയിൽ കോസ്മിക് രശ്മി ശാസ്ത്രജ്ഞനായി ചേർന്ന അദ്ദേഹം ഉപഗ്രഹവിക്ഷേപണവുമായി ബന്ധപ്പെട്ട പ്രവർത്തനങ്ങളിലാണ് ശ്രദ്ധ കേന്ദ്രീകരിച്ചത്. 1962 ൽ ഇന്ത്യൻ നാഷണൽ കമ്മിറ്റി ഫോർ സ്പേസ് റിസർച്ച് ചെയർമാനായി രുന്ന ഡോ. വിക്രം സാരാഭായിയോടൊപ്പം ചേർന്ന് പ്രവർത്തന ങ്ങൾ തുടർന്നു ബഹിരാകാശശാസ്ത്രരംഗത്തെ പ്രമുഖരായ പ്രൊഫ. എം ജി കെ മേനോൻ, സതീഷ് ധവാൻ, വിക്രംസാരാ ഭായ് എന്നിവരോടൊപ്പം ബഹിരാകാശ ദൗത്യങ്ങളിൽ പങ്കാളി യായതോടെ ഉപഗ്രഹവികസന പദ്ധതികളിൽ റാവു കൂടുതൽ ശ്രദ്ധ കേന്ദ്രീകരിച്ചു.

1992 ൽ ആദ്യ റോക്കറ്റായ വി എസ് എൽ വിയുടെ വിക്ഷേ പണ വിജയത്തെത്തുടർന്ന് 1995 ൽ പി എസ് എൽ വി റോക്കറ്റ് 850 കിലോഗ്രാം ഭാരമുള്ള ഉപഗ്രഹം ഭ്രമണപഥത്തിൽ എത്തി ച്ചത്, കൂടുതൽ ഉപഗ്രഹങ്ങൾ വിക്ഷേപിക്കുന്നതിനായി ക്രയോ ജനിക് സാങ്കേതിക വിദ്യ വികസിപ്പിക്കുന്നതിൽ റാവു സമർത്ഥ മായ നേതൃത്വം നല്കി. 1991 ൽ തന്നെ ഇതിനുള്ള ശ്രമങ്ങൾ ആരംഭിച്ചത് റാവുവിന്റെ ഇടപെടലുകളായിരുന്നു.

വിദേശരാജ്യങ്ങൾ സാങ്കേതികവിദ്യ കൈമാറാൻ വിസമ്മ തിച്ചതിനെ തുടർന്ന് സ്വയം അതു വികസിപ്പിക്കാം എന്ന ആത്മ

വിശ്വാസം പ്രകടിപ്പിച്ചതും റാവു ആയിരുന്നു. ജി എസ് എൽ വി റോക്കറ്റിനുവേണ്ടി ക്രയോജനിക് സാങ്കേതിക വിദ്യ റഷ്യ, ഇന്ത്യക്ക് കൈമാറാനാവാത്തവിധം അമേരിക്കൻ ഉപരോധം വന്നപ്പോൾ, സ്വന്തം നിലയിൽ നമുക്ക് മുന്നോട്ടു പോകാമെന്ന ആത്മവിശ്വാസം പ്രകടിപ്പിച്ച റാവു തുടർന്ന് ഇന്ത്യയെ സ്വന്തം ക്രയോജനിക് എഞ്ചിനിൽ കൊണ്ടുചെന്നെത്തിച്ചത് വലിയ നേട്ടം തന്നെയായിരുന്നു.

അതുപോലെതന്നെ ഇന്ത്യക്കുവേണ്ടി 1975 ൽ ആര്യഭട്ട ഉപഗ്രഹം നിർമ്മിച്ച് റഷ്യൻ റോക്കറ്റിൽ വിക്ഷേപിക്കാമെന്ന് റഷ്യ വാഗ്ദാനം ചെയ്തപ്പോൾ അതു നിർവ്വഹിക്കാനായത് വൻനേട്ടമായി. ഉപഗ്രഹ നിർമ്മാണം റാവുവിന്റെ നേതൃത്വത്തിൽ ഇന്ത്യയുടെ അഭിമാനമേഖലയായി വളരുകയും ചെയ്തു.

രാജ്യത്തിന്റെ ഉൾപ്രദേശങ്ങളിൽ പോലും വാർത്താവിനിമയസംവിധാനമെത്തിക്കാൻ 1980 കളിൽ വിക്ഷേപണം നടത്തിയ ഇൻസാറ്റ് ഉപഗ്രഹങ്ങൾക്കായതും രാഷ്ട്രത്തിനു നേട്ടമായി. വാർത്താവിനിമയരംഗത്ത് വിപ്ലവകരമായ മാറ്റങ്ങളാണ് 1980-90 കാലയളവിൽ ഉണ്ടായത്. കോസ്മിക് രശ്മികളെക്കുറിച്ചുള്ള റാവുവിന്റെ ഗവേഷണങ്ങളാണ് ബഹിരാകാശ വാഹനങ്ങളെക്കുറിച്ചുള്ള പഠനത്തിന് തുടക്കം കുറിച്ചത്.

ആര്യഭട്ടയ്ക്കുശേഷം ഭാസ്കര, ആപ്പിൾ, രോഹിണി, ഇൻസാറ്റ് 1, ഇൻസാറ്റ് 2 തുടങ്ങി 182 ഉപഗ്രഹങ്ങളുടെ വിക്ഷേപണത്തിൽ പ്രധാന പങ്കുവഹിക്കാൻ ഡോ. റാവുവിനു കഴിഞ്ഞു.

1984 ൽ ഡോ. യു ആർ റാവു സ്പേസ് കമ്മീഷൻ സെക്രട്ടറിയായി. തുടർന്ന് 1984 മുതൽ 1994 വരെ ഇന്ത്യൻ സ്പേസ് റിസർച്ച് ഓർഗനൈസേഷൻ (ഐ എസ് ആർ ഒ) ചെയർമാനായി അദ്ദേഹം സേവനമനുഷ്ഠിച്ചു. രണ്ടാം തലമുറയിൽപ്പെട്ട വാർത്താവിനിമയ ഉപഗ്രഹങ്ങളുടെ മേൽനോട്ടം വഹിച്ചതിനുശേഷമാണ് 1994 ൽ അദ്ദേഹം ഐ എസ് ആർ ഒയിൽ നിന്ന് പടിയിറങ്ങിയത്.

എന്നാൽ തുടർന്നും ബഹിരാകാശ ഗവേഷണരംഗത്ത് അദ്ദേഹം സജീവമായിരുന്നു. തിരുവനന്തപുരം ഇന്ത്യൻ ഇൻസ്റ്റി

റ്റ്യൂട്ട് ഓഫ് സയൻസ് ആന്റ് ടെക്നോളജിയുടെ ചാൻസലർ, അലഹബാദ് ഫിസിക്കൽ റിസർച്ച് ലബോറട്ടറി ഗവേണിങ് കൗൺസിൽ ചെയർമാൻ എന്നീ നിലകളിലും അദ്ദേഹം പ്രവർത്തിക്കുകയുണ്ടായി.

അന്താരാഷ്ട്ര തലത്തിൽ ഏറെ പ്രശസ്തനായ ഡോ. യു ആർ റാവു രാജ്യത്തിനകത്തും പുറത്തുമുള്ള ഒട്ടേറെ സർവ്വകലാശാലകളിൽ വിസിറ്റിങ് പ്രൊഫസറായിരുന്നു. 1968 ൽ അദ്ദേഹത്തിന് പത്മശ്രീ അവാർഡും 1973 ൽ പത്മഭൂഷൺ അവാർഡും 1975 ൽ പത്മവിഭൂഷൻ അവാർഡും നല്കി രാഷ്ട്രം അദ്ദേഹത്തെ ബഹുമാനിച്ചിരുന്നു. വിവിധ വിഷയങ്ങളെ ആസ്പദമാക്കി 350 ൽ പരം ശാസ്ത്രപ്രബന്ധങ്ങൾ അദ്ദേഹം പ്രസിദ്ധപ്പെടുത്തിയിട്ടുണ്ട്. ഇന്ത്യൻ ബഹിരാകാശ മേഖലയിലെ പടക്കുതിര എന്ന് അദ്ദേഹത്തെ വിശേഷിപ്പിക്കപ്പെടാറുണ്ട്. പി എസ് എൽ വിയുടെ വികസനത്തിൽ നിർണ്ണായകമായ പങ്കുവഹിച്ച അദ്ദേഹം ജി എസ് എൽ വി റോക്കറ്റിൽ ക്രയോജനിക് സാങ്കേതികവിദ്യക്കു തുടക്കംകുറിച്ചത്, ഈ രംഗത്ത് ഏറ്റവും അഭിമാനാർഹമായ സേവനമായി പരിഗണിക്കപ്പെടുന്നു.

ശാന്തിസ്വരൂപ് ഭട്നഗർ അവാർഡ് (1975), കർണ്ണാടക രാജ്യോത്സവ അവാർഡ് (1983), പി സി മഹലനോബിസ് മെഡൽ (1987), മേഘനാദ് സാഹാ മെഡൽ (1993), ഇലക്ട്രോണിക്സ് മാൻ ഓഫ് ദി ഇയർ അവാർഡ് (1994), ജവാഹർലാൽ നെഹ്റു അവാർഡ് (1995), വിശ്വഭാരതി സർവ്വകലാശാലയുടെ രവീന്ദ്രനാഥടാഗോർ അവാർഡ് (1997), വിശ്വേശ്വരയ്യാ മെമ്മോറിയൽ അവാർഡ് (2002) തുടങ്ങി മൂന്നു ഡസനിലേറെ അവാർഡുകൾക്ക് അദ്ദേഹം അർഹനായി. ഇന്ത്യയിലെ 20 ൽപ്പരം സർവ്വകലാശാലകൾ ഡോ. യു ആർ റാവുവിന് ഡോക്ടർ ഓഫ് സയൻസ് (DSc) ബിരുദങ്ങൾ നല്കിയിട്ടുണ്ട്.

2017 ജൂലൈ 24 ന് ബാംഗ്ലൂരിൽ ഇന്ദിരാനഗറിലെ വസതിയിൽവച്ച് 85-ാം വയസ്സിൽ ഡോ. യു ആർ റാവു അന്തരിച്ചു. പ്രധാനമന്ത്രി നരേന്ദ്രമോദിയും കേന്ദ്രമന്ത്രിമാരും റാവുവിന്റെ നിര്യാണത്തിൽ അനുശോചിക്കുകയുണ്ടായി.

ജീവിതരേഖ

1932 മാർച്ച് 10. ജനനം കർണ്ണാടകത്തിലെ ഉഡുപ്പിയിൽ അദമാരുവിൽ
അച്ഛൻ: ലക്ഷ്മി നാരായണ ആചാര്യ
അമ്മ: കൃഷ്ണവേണി അമ്മ

1952 മദ്രാസ് യൂണിവേഴ്സിറ്റിയിൽനിന്ന് ബി എസ് സി ബിരുദം നേടുന്നു

1959 ബനാറസ് ഹിന്ദു യൂണിവേഴ്സിറ്റിയിൽനിന്ന് എം എസ് സി ബിരുദം

1960 ഗുജറാത്ത് യൂണിവേഴ്സിറ്റിയിൽനിന്ന് ഡോക്ടറേറ്റ് ലഭിക്കുന്നു

1966 അഹമ്മദാബാദ് ഫിസിക്കൽ റിസർച്ച് ലബോറട്ടറി പ്രൊഫസർ.

1968 പത്മശ്രീ ബഹുമതി

1975 ആര്യഭട്ടാ വിക്ഷേപണം

1976 പത്മഭൂഷൺ ബഹുമതി

1984 സ്പേസ് കമ്മീഷൻ സെക്രട്ടറി

1984–1994 ഐ എസ് ആർ ഒ ചെയർമാൻ

2017 പത്മവിഭൂഷൺ ബഹുമതി

2017 ജൂലൈ 24 ബാംഗ്ലൂരിൽ നിര്യാതനാവുന്നു.

www.ingramcontent.com/pod-product-compliance
Lightning Source LLC
LaVergne TN
LVHW060117051026
849517LV00007B/2330
* 9 7 8 9 3 9 4 7 5 3 0 3 7 *